பொன்னாரம்

AF658960

கலைஞர் மு. கருணாநிதி

Title: Ponnaram

Author: M. Karunanidhi

Language: Tamil

First Published on: 1958

Year of Publication: 2024

Book Format: Paperback

*Page Size: 6inch * 9inch*

Category: Essays

Subject: Political Essays

No. of pages: 72

ISBN: 978-81-996770-2-9

Published by: Nilan Publishers, Madurai, Tamilnadu, India

Copyright © Nilan Publishers, 2024

பொருளடக்கம்

குறிப்புகளுக்காக

இலட்சிய இதழ்கள்

வானத்திலே நிலவு பவனி நடத்துகிறது. திராவிடத்திலே முன்னேற்றக் கழகம் பணி புரிகிறது. அழகு தெளிக்கும் நிலவைச் சூழ்ந்து விண்மீன்கள் ஒளி இறைக்கின்றன. அறிவு தெளிக்கும் கழகத்தைச் சூழ்ந்து மாணவ மணிகள் செயல் இறைக்கின்றனர். நாட்டின் நரம்புகள்-இன்று ஏட்டிலே கண் செலுத்துபவர்கள் என்ற உண்மையை நல்லறிவாளர்கள் நவிலக் கேட்டோம். நாடு சுற்றியோர்- ஏடு படித்தோர் - பாடுபட்டோர் - இத்தனை பேரும் கேடு களைய தேர்ந்தெடுத்தப் படை, மாணவப் படை, மாணவப் படையின் மாண்புகள் குறித்து-பல்வேறு நாட்டின் சரித் திரங்கள்......படிப்போரையும் துடித்திடச் செய்யும் வகையில் தீட்டப்பட்டுள்ளன.

மாணவப் பருவமிருக்கிறதே-மாணவ நிலையல்ல- பருவத்தைக் குறிப்பிடுகிறேன் - முறுக்கேறிய பருவம் - குறிப்பிடுகிறேன்-முறுக்கேறிய முட்டவரும் காளையையும் மோதிக் கொல்லுகின்ற பருவம்- துணிவுமிக்க பருவம்- தொண்டு புரியும் உள்ளங் கொண்ட தூய்மைப் பருவம் இலட்சியப் பாதையிலே இடர் கண்டு சிரித்து - துன்பம் தொடர் கதையானால் அதையும் ரசித்து - எடுத்த காரியத்தை எப்படியும் நிறைவேற்ற ஆர்வ அலைகளால் மோதுண்டு வேங்கைப் புலியென சீறிச் செயலாற்றும் பருவம் இத்தகைய ஈடு இணையற்ற இளமைப் பருவம்-இலட்சியத்துக்காக மட்டுமே தியாகம் செய்யப்பட்ட நாடுகள் பலப்பல.

இன்ப விளையாட்டு-ரசமான கேளிக்கை-ரதிதேவிகளின் மந்தகாசமடி - இப்படி வாலிபத்தை வாரிச் செலவிடு

கின்றவர்களும் உண்டு. இவர்களுக்கு நடுவேதான் நாட்டுக்காக வாழ்வை ஈந்துவிட்ட நல்லவர்களும் நடமாடுகிறார்கள்.

வீடு துறந்து - நாடு சென்று கமண்டலமேந்திகளாகத் திரியவேண்டுமென்பதல்ல;

உல்லாச மொழிந்த ஓய்வு நேரத்திலாவது உலகத்தைப்பற்றி நினைத்துப் பார்க்கும் உயர்ந்த பண்பு வளர வேண்டுமென்பதே நமது ஆசை.

போக போக்கியங்கள் மறைந்துவிடும். தியாகத் தழும்புகள் அழியாத-அழிக்க முடியாத முத்திரைகள் அந்த முத்திரைகளை அதிகமாகப் பெற்றவர்கள் இளைஞர் கள்தான்!

முதிந்தோர் பலமுறை உதாரணத்துக்காக காட்டினாலுங்கூட அவர்களும் இளமையின் பழக்கப்பட்டவர்கள் - அல்லது இளமைப் பருவத்திலேயே தங்களை தயாராக்கிக் கொண்டவர்கள் என்ற அளவிலே தானிருப்பார்கள்.

மாணவர்கள் மாவீரர்கள் என்பது முகஸ்துதியல்ல. தட்டிக்கொடுத்து ஆள் சேர்க்கும் தந்திரமுமல்ல.

சீனாவிலே கொதித்தெழுந்த மாணவர்கள் திராவிடத்து மாணவர்களால் மறக்கப்பட்டவர்களல்ல. மாணவர்களின் உணர்ச்சி. மண்டலங்களை ஆட்டக்கூடியது என்பது கண்டுதான் மாசேதுங், மாணவர் கழகங்களை சைனா வெங்கும் பரப்பினான் என்பதும் திராவிடத்து இளைஞர் ஏறுகள் படிக்காமல் விட்டதல்ல.

சீனாவின் நாலாபக்கங்களிலும் சிதறிக்கிடந்த 'சின்மின் ஸூயி சங்கங்கள் மாணவப் பாசறைகள் என்பதையும்- அந்தப் பாசறையிலே இலட்சிய வாதிகளாகப் பயிற்று விக்கப்பட்டவர்கள் ஆரம்பத்திலே எழுபது அங்கத்தினர் கள்தான் என்பதையும் அந்த ஆரம்ப உறுப்பினர்கள் பலர் 1927 எதிர்ப்புரட்சியிலே உயிர்நீத்தார்கள் என்பதையும்-சீனப் புரட்சி

வெற்றிமலரிலே இடம் பெற்ற இலட்சிய இதழ்களாக அந்த மாணவர்கள் ஆனார்கள் என்பதையும்-திராவிட மாணவர்கள் சிந்திக்காமலிருந்ததில்லை.

உலக முணர்ந்த உத்தமர்களுக்குத்தான் சொல்லுகிறேன்- சரி தம்படித்த இளம் இதயங்களைத்தான் அழைக்கிறேன் - திராவிடம் இன்றுள்ள திக்கற்ற நிலையில்- தேம்பும் கோலத்தில் -திண்டாட விடாது தித்திப்பான வாழ்வளிக்கத் திரண்டு வருக எனத் திண்டோள் படைத்தோரை வரவேற்கும் நேரத்தில்தான் குறிப்பிடுகிறேன்... சீனா சிவப்பாவதற்கு முன்- சியாங்கே ஷேக்கின் செங்கோல் சீறும் பாம்மென இருந்த காலத்தில்- கோமிண்டாங்கும்- கம்யூனிஸ்டும் மோதிக்கொண்டன. பெரிய உள்நாட்டுப் போர்!

சீனாவின் விலாவிலே ஜப்பானியனின் தாக்குதல். வெளியே அயலவன் படை, உள்ளே உள் நாட்டுப் படைகளின் கைகலப்பு. இந்த நெருக்கடியான சமயத்தில் ஒரு சோகச் சித்திரம்.

தியாகத்தீயில் குதிக்க ஓடி வரும் திராவிட மாணவர்கள் தெரிந்து வைத்துக்கொள்ள வேண்டிய நிகழ்ச்சி.

கோமிண்டாங் படைகளின் எதிர்ப்பு பயங்கரமாகி விட்டது. கம்யூனிஸ்டுகள் எதிர்ப்பைத் துளைத்து வெளியேற வேண்டிய சூழ்நிலை. எதிரிப்படைகளின் வியூகத்தை ஊடுருவி வெளியே புறப்பட்டு விட்டார்கள். புறப்பட்டவர்கள் நீண்டதொரு பயணம் நடத்தினார்கள். சுமார் எண்ணாயிரம் மைல் நீளமுள்ள பயணம் இரண்டு ஆண்டுகள் நடந்திருக்கிறார்கள். ஆண்கள்-பெண்கள்-வயோதிகர்கள் குழந்தைகள். கொள்கைக்காக லட்சியத்துக்காக கொடுமைகள் பலவற்றை குளிர்ந்த கண்களுடன் ஏற்றுக்கொண்டார்கள். அந்த வழிநடைப் பயணத்தில் கர்ப்பவதிகள் பலர்! சுமார் எட்டுக் குழந்தைகள் பிறந்திருக்கின்றன. கொடுமை பின்தொடரச் செல்கிறவர்களுக்கு குழந்தை வளர்க்க நேரமேது? வசதியேது? வாய்ப்பேச்சு ஏது? குழந்தைகளை

வழியில் கண்ட விவசாயிகளிடம் ஒப்புவித்து விட்டுப் போனார்களாம்!

அப்படி ஒப்புவிக்கப்பட்டு மீண்டும் அந்தத் தாயாரால் பார்க்கப்படாத நிலையடைந்த குழந்தைகளில் ஒன்று இன்றைய சீனாவின் தலைவன் மாசேதுங்கின் பெண் குழந்தையு மொன்றாம். மாசேதுங் அன்று, ஒரு சிப்பாய்போல இன்று சீனாவின் குரலே அவன்!

இந்த நிலை அவனுக்கு தியாகம் தந்த பரிசு, பரிசை நோக்கி அவன் தியாகக் கப்பலைச் செலுத்தவில்லை. பொதுப் பணியென்னும் கடலிலே புதுக் கொள்கையெனும் பட கேறிச் சென்றான். துள்ளிடும் கெண்டையென-பரிசு அவன் படகில் பாய்ந்தது. விழுந்தது.

சீனா சீரழிந்துகிடந்தது. மாணவர்களின்-மாசேதுங் அதைச் செப்பனிட்டார். திராவிடம் தேய்ந்து கிடக்கிறது மாணவர்கள் மாசேதுங்குகளாக மாறவேண்டும்.

வரப்போகும் திராவிடத்திருநாட்டின் மந்திரிகள் இன்றைய மாணவர்கள். பதவிகாட்டி அழைக்கவில்லை: குன்றத்தூர் சென்னைக் கொடுமைகள் ஏற்படும் அதைத் தாங்கும் இதயமுடன் வாரீர்! திராவிட முன்னேற்றக் கழக வெற்றி விழா மலரில் இலட்சிய இதழ்களாக விளங்க வாரீர் ! வீணர்கள் விலகட்டும். விபீடணர் ஒதுங்கட்டும். வெற்றிப் புலிகளே ! வெண்கலக் குரலுடையோரே ! எழுத்தின் வேந்தர்களே ! நீங்கள் தான் வேதனை தீர்க்கும் இன்பக் குரல்கள் ! நலிவு நீக்கும் இனிய நாதங்கள்! வருக. நீங்கள் வாழ்ந்துகெட்ட சமுதாயத்தை வகைப்படுத்த !...

பெருஞ்சிறை

அன்புள்ள தலைவர் அவர்களே ! நேசமுள்ள கண்மணிகளே! பாசமுள்ள தோழர்களே !

நீங்கள் இன்று எனக்களித்த வரவேற்பும்,: பாராட்டும், எனக்கு நீங்கள் தந்த வரவேற்பில் காட்டிய உற்சாகமும் எனக்கு மகிழ்ச்சி போதை தருகிறது என்பதை உணர்கிறேன்.

இன்று நீங்கள் அத்தனை பேரும் அளித்த பாராட்டுதல்கள் எனக்கு மகிழ்ச்சியையும், இறுமாப்பையும் கர்வத்தையும் தருகிறது என்பதையும் சொல்லிக் கொள்கிறேன்.

காலையில் சிறை வாயிலிலிருந்து நடந்த ஊர்வலமும் இந்தப் பொதுக்கூட்டத்தில் தந்த வரவேற்பும் என்னை இன்னும் தொண்டு செய்யப் போ என்று கூறுகிறது. நேற்று இந்நேரம் இரவு சிறைக் கம்பிகளைப் பிடித்துக் கொண்டு விடுதலை எப்போது என்று ஏங்கிக் கொண்டிருந் தேன். இப்போது திராவிடத்தின் விடுதலை எப்போது என்று என் உள்ளம் கேட்கிறது.

இன்று எனக்கு ஏற்பட்ட உணர்ச்சி, மகிழாதே ! நீ நடந்து வந்த பாதையைப் பார்! அதிலே உன்ள குறைகளைப் பார் என்று இடித்துச் சொல்லுகிறது.

நான் கடைசியாக உங்களை சென்ற ஜூலை மாதம் 15.ம் தேதி காலை சந்தித்து விடைபெற்றுக் கொண்டேன்.-- திரும்பி நான் இன்று வெளியே வரும்போதும் அதே சர்க்கார்தான் இருக்கிறது. இந்த ஐந்து மாத காலமாக இந்த நாட்டில் ஏற்பட்ட கொந்தளிப்பையும் திராவிட முன்னேற்றக் கழகத் தோழர்கள் அடைந்த துயரத்தையும். இங்கே ஏற்பட்ட குமுறல்களையும், பார்க்கும்போது இந்த நாட்டில் உள்ள சர்க்காரை மனமிளகச் செய்யவில்லை என்பதைத்தான் உணர்த்துகிறது.

நான் இங்கே பேசுகிறேன். விடுதலையானதும் என்ன பேசுகிறார்கள். தாக்கிப் பேசுகிறார்களா? அப்படியென்றால் கேஸ் போடலாம், என்று ஒற்றரை அனுப்பியிருக்கிறார்கள்.

நான் ஜூலை 14-ல் பார்த்த அதே ஒற்றரை இன்று இங்கே பார்க்கிறேன்.

காலையில் நான் விடுதலையானது முதல், நண்பர்களுடன் மகிழ்ச்சியாகப் பேசினேன். உற்றார் உறவினருடன் அளவளாவினேன். அரங்கண்ணல் அவர்களை நலமா என்று விசாரித்தேன். அம்பில் அவர்களை நலமா என்று வினாவினேன். அதுபோலவே நாட்டின் நடைமுறைகளைப் பற்றியும் விசாரித்தேன். மாலை 6 மணிவரை இந்த ஐந்து மாத காலமாக நாட்டிலே என்ன நிகழ்ச்சிகள் நடைபெற்றன என்பதையும் கேட்டேன். இந்த அரசாங்கத்தின் போக்கு பற்றி நினைத்தேன். நன்றி தெரிவிக்கிறேன். திராவிட முன்னேற்றக் கழகத்தின் சார்பில் நன்றி தெரிவிக்கிறேன்.

கல்லக்குடி அறப்போரின் தலைவன் என்ற முறையில் வீர வணக்கம் செலுத்துகிறேன். ஜூலை 15-ம் தேதியன்று தல்லக்குடியிலும் தூத்துக்குடியிலும் உயிர் துறந்து, தங்கள் பிணங்களைக் குழியில் தள்ளி, கல்லறைகளாகக் காட்சியளிக்கும் திராவிட மாணிக்கங்களே ! உங்களுக்கு என் நன்றியைத் தெரிவித்துக் கொள்கிறேன்.

திராவிடத்திலே ஆறு பிணங்கள் விழுந்தன. கால்களை இழந்தோர். கைகளை பறிகொடுத்தோர். அங்கஹீன மடைந்தோர் பலபேர். நாம் வேதனைப் பட்டோம்; செத்து மடிந்தோம்; இந்த சர்க்கார் அறிவிழந்தது, அந்த ஆறு உயிர்களும் சாதாரணமானவைகளா? சர்க்காரின் அடக்கு முறையால் வேட்டையாடப்பட்டு. இந்த நாட்டிலே ஆறு பிணங்கள் விழுந்துவிட்டன.

நாங்கள் உள்ளே-வெளியே எங்கள் தோழர்கள். வேதனை தாங்காது துன்புறுத்தப்பட்டார்கள். அரியலூர் சிறையிலே இருந்தோம்- திருச்சி சிறைக்கு மாற்றப் பட்டோம்.

"மாங்குயில் கூவிடும் பூஞ்சோலை எம்மை மாட்ட நினைக்கும் சிறைச்சாலை என்று கூறினாரே,, பாரதிதாசன். அந்த முறையிலே உள்ளே இருந்தோம்- மிக மிக அமைதியாக உள்ளே இருந்து கொண்டோம்.

அடக்குமுறை தாண்டவமாடும் இந்த சர்க்காரின் சிறையதிகாரிகள் எங்களிடம் மிகவும் கண்ணியமாக நடந்து கொண்டார்கள், இன்று விடுபட்டோம். நாங்கள் கேள்விப் பட்ட செய்திகள் ஏராளம். அல்லல் நிறைந்த செய்திகள்- ஏக்கம் நிறைந்த செய்திகளைக் கேள்விப்பட்டோம்.

எப்படிப் போராடினோம்? கல்லக்குடி என்று ஒட்டினோம்- தண்டவாளத்தின் மீது படுத்தோம்- பொது மக்களுக்குத் தொல்லை தராதீர்கள்- எழுந்து செல்லுங்கள் என்று போலீஸ் அதிகாரி கேட்டார். நான் சொன்னேன். "இது எங்கள் திடீர் முடிவல்ல. நான் நேற்றே லால்குடியில் கூறியிருக்கிறேன். இது மாற்ற முடியாத முடிவு" என்று சொன்னேன், எங்களுக்கு பத்தடி தூரத்தில் இருந்த எஞ்சின் கிளம்பியது - அதன் சக்கரங்கள் சுழன்று எங்களருகே கவந்தன. நானும் என்னுடன் படுத்திருந்த நான்கு தோழர்களும் கடைசி முறையாக உலகத்தை ஒரு தடவை பார்த்தோம் - கண்களை மூடிக்கொண்டோம்.

எங்களை நோக்கி வந்த ரயில் நின்றுவிட்டது- நாங்கள் கைது செய்யப்பட்டோம். அரியலூர் சிறைக்குக் கொண்டு சென்றார்கள். கொலைக்களம் என்று கேள்விப் பட்டிருக்குறோமே அதைவிடக் கொடுமையான இடத்தில் - அந்த அற்புதமான ஜெயிலில், 20 பேர் இருக்க வேண்டிய இடத்தில், 64 பேர் இருந்தோம். நண்பர்கள் உட்கார்ந்தபடியே தூங்கினர்- நான் சிறைக்கம்பிகளைப் பிடித்து நின்றபடியே தூங்கினேன். இன்று விடுதலை செய்யப்பட்டோம். நாங்கள் பட்டப் பகலிலே தான் படுத்தோம். ஏன்? எங்கள் லட்சியத்தை எடுத்துச் சொல்ல.

எத்தனையோ முறைகள் சொல்லியும் மாநாடுகள். பொதுக்கூட்டங்கள், தீர்மானங்கள் மூலமாக விளக்கிக் கூறியும் இந்த சர்க்கார் செவி கொடுக்காத காரணத்தால் படுத்தோம். ஒருகாலம் வரும் அன்பர் ஆச்சாரியார் நாடு இழந்து, இந்த நாட்டு மக்களால் துரத்தப்பட்டு, "என்னைத். துரத்துகிறார்களே" என்று இரவிலே தண்டவாளத்தின் மீது படுப்பார்! அந்த நிலைமை வரத்தான் போகிறது. ஆச்சாரியாருக்குப் பதவி ஜன்னி கண்டுவிட்டது. அதனால் தான் உளறுகிறார்-'சில்லி' 'எறும்பு' என்று ஏசுகிறார். அதைத் தவிர வேறு என்ன சொல்ல முடியும்?

நாங்கள் என்ன குற்றம் செய்தோம்? 5000 பேர் ஒரே நாளில் சிறை சென்றார்கள் என்றால், அமெரிக்காவில் "நியூயார்க் டைம்ஸ்" பத்திரிகை, உலகத்திலேயே மிகப் பெரிய ரயில் நிறுத்தம் திராவிடத்தில் ஏற்பட்டது என்றால் எதற்காக, ஏன் போர் நடைபெற்றது?

பண்டித நேரு "நான்சென்ஸ் என்று சொன்னார். தஞ்சைப் பொதுக்கூட் டத்தில் அறிஞர் அண்ணா "மன்னிப்போம் மறப்போம்" என்றார்.

ஒரு தடவை மறந்தோம்-மன்னித்தோம், மீண்டும் திருத்தணியிலே நடந்த அறப்போரை 'நான்சென்ஸ்' என்று கூறினார். திருத்தணியில் நடைபெற்ற அறப்போரில் வட ஆற்காடு மாவட்ட செயலாளர் A. L. C. கிருஷ்ணசாமி உள்பட 200 பேர் கலந்து கொண்டனர். அவர்களையும் சேர்த்துத்தான் நேரு "நான்சென்ஸ் நான்சென்ஸ்" என்று கூறினார் நான்சென்ஸ் என்று கூறாதே- அதை வாபஸ் வாங்கு என்பதற்காகத்தான் போராட்டம் நடத்தினோம்-ரயிலை நிறுத்தினோம்- மீண்டும். நேரு வந்தார்- நம்மையெல்லாம் காட்டுமிராண்டி என்று கூறிச் சென்றார், பாவம் நிலைக் கண்ணாடி முன்பு நின்று சொல்ல வேண்டியதை நம்மைப் பார்த்துக் கூறிவிட்டார்!

நேரு அவர்கள் தன்னை அறியாது துடுக்குத் தனமாகப் பேசியதால் அவருக்கு ஏற்பட்ட நஷ்டத்தை இன்னும் சில நாட்களில் புள்ளி விபரங்கள் சொல்லும், தன்னை அறி யாமல் அவர் "ஏ தென்னாடே! உன்னிடம் காட்டுமிராண்டிகள் வாழ்கிறார்கள்" என்று கூறுகிறார். யார் காட்டு மிராண்டிகள் ? திராவிடர்கள், வீர மிக்கவர்கள், ஆரிய எதிர்ப்புப் போராட்டம் நடத்தியவர்கள்-என்று தன் மகளுக்குக் கடிதம் எழுதிய நேரு. இன்று வடநாட்டிலே இராவணனின் உருவத்தைச் செய்து 'சொக்கப்பானை கொளுத்துகிறாரே, இது அடுக்குமா என்று கேட்கிற நாங்கள் காட்டு மிராண்டிகளா? அல்லது அவரா?' நேரு சொல்லிவிட்டால் நாம் அனைவரும் காட்டு மிராண்டிகள் ஆகிவிட முடியுமா? யார் ஆனாலும் சரி, காங்கிரசின் மிகப் பெரிய தலைவரான நேருவானாலும், ஆச்சாரியாரானாலும் இன்று மிகமிக மட்டரகமாகக் காட்டுமிராண்டிகள், பைத்தியங்கள், எறும்பு என்று இப்படி வசை மொழி பொழிவதிலேயே காலங்கழித்தார்களேயன்றி நாட்டு நிலைமைப்பற்றி யோசித்தார்களா, நாட்டு மக்களிடையே காணப்படும் அவதி பற்றிக் கவலைப் படுகிறார்களா?

முன்பு நம்மை அலட்சியப்படுத்தினார்கள். சத்திய மூர்த்தி ஜஸ்டிஸ் கட்சியைக் குழிதோண்டிப் புதைத்து விட்டோம் என்றார். பின்பு திராவிடர் இயக்கமாக நாம் மாறினோம்; அப்போது அலட்சியப் படுத்தினார்கள். இப்போது நாம் திராவிட முன்னேற்றக் கழகமாக வளர்ந்தோம். நம்மை அவர்களால் அலட்சியப்படுத்த முடியவில்லை.

கோவையிலே சூடுபட்ட நேரு, சென்னையிலே கறுப்புக் கொடிகளைக் கண்ட நேரு, அங்கிங்கெனாதபடி எங்கும் கறுப்புக்கொடிகளைக் கண்ட நேரு, பம்பாயில் சென்று நம் மைப்பற்றிப் பேசுகிறார். நம்மை அலட்சியம் செய்தவர்கள் ஏன் நம்மைப்பற்றிப் பேசுகிறார்கள்?

கவர்னர் பிரகாசா தஞ்சையில் காலை 9 மணிக்குக் கறுப்புக் கொடிகளால் வரவேற்கப்பட்டார். மாலையில் பிரம்மஞான

சபையில் பேசும்போது, 'காலையில் நாள் பார்த்த கறுப்புக் கொடிகள் எனக்கு ரஷ்யப் புரட்சியை நினைவூட்டு கிறதென்றார். யார்? நம்மை அலட்சியப்படுத்தினவர்கள்!

பிறகு நாகையில் பேசினார்- "திராவிட நாடு கேட்பது அரசியல் சட்டத்துக்கு உட்பட்டதுதான். எனக்குக் கறுப்புக்கொடி காட்டினவர்கள் ஒரு சிறு கூட்டத்தினர் என்று நண்பர்கள் கூறினார்கள். நான் அப்படி நினைக்கவில்லை. அவர்கள் ஒரு பெரிய கட்சியினர்" என்று கூறினார். இது எதைக் காட்டுகிறது? நண்பர் கோவிந்தசாமி சொன்னார். "நம்மைக் காட்டுமிராண்டிகள் என்றால் நாமும் அவரைத் திருப்பி காட்டுமிராண்டிகள் கூறிவிடலாம். ஆனால் அது நமக்கு மதிப்பல்ல என்று."

கொஞ்சமும் கண்ணியம் இன்றி - நான் இப்படிச் சொல்வதற்கு மன்னிக்க வேண்டும் -- என்னால் தாங்க முடியவில்லை - எவ்வளவு 'கொழுப்பு ' இருந்தால், நம்மைக் காட்டுமிராண்டிகள் என்று கூறியிருப்பார் ? அந்த அளவுக்கு அவர்கள் செல்வாக்கிழந்து இருக்கிறார்கள். அந்த செல்வாக்கிழந்த கட்சித் தலைவர் ஆச்சாரியாரின் பதவிப் பீடம் ஆடுகிறது. இந்த நாட்டில் ஜனநாயகம் என்ன ஆனது? இங்கே ஜனநாயகம் என்ற சிசு துடிக்கத் துடிக்க வெட்டப்படுகிறது. வெள்ளாடுகளைக் கொன்ற வேங்கை, இரத்த நாக்குடன், வேதாந்தம் பேசுவது எப்படியோ அது போலத்தான் இந்த வேதியர் தலைவர் ஆச்சாரியார் ஜனநாயகம் பற்றிப்பேசுவது. அவர் கையிலே இருப்பது கொடுவாள். அதனால் தான அவர் நம்மீது பாய்கிறார்.

நான் உங்களுக்கு அரசியல் சரித்திரம் ஒன்று சொல்கிறேன் - உலகச் சரித்திரம் படித்தவர்கட்கு ஞாபகம் இருக்கும் என்று கருதுகிறேன்- ஜஸ்டிஸ் கட்சி வெள்ளையனுக்கு வால் பிடித்தது என்று கூறினார்களே. அந்தக் குற்றச்சாட்டு ஒரு புறம் இருக்கட்டும். நான் ஜஸ்டிஸ் கட்சியில் இருந்ததில்லை-- திராவிட முன்னேற்றக் கழகத்தில் பணியாற்றும் முன்னணி வீரர்களில் பலர் ஜஸ்டிஸ் கட்சியில் இருந்ததில்லை.

சேலம் மாநாட்டில் ஜஸ்டிஸ் கட்சியினர் எங்களை விட்டுப் போய்விட்டார்கள். வெள்ளையனுக்கு வால் பிடித்தனர் என்ற குற்றச்சாட்டு உண்மையாகவே இருக்கட்டும்- அதற்காக இந்தக் கட்சியினர் மாறக்கூடாதா ? ஜஸ்டிஸ் கட்சியே தேசீய மறுமலர்ச்சிக் கூடாரமாக மாறி விடுதலைப் போரை நடத்தக்கூடாதா? அப்படிச் செய்வது சட்ட விரோதமா? உலகிலே அதற்கு உதாரணம் இல்லையா?

1885-ல், பம்பாயில் ஹ்யூம் என்ற வெள்ளையனால் ஆரம்பிக்கப்பட்டு, சுரேந்திரநாத் பானர்ஜி தலைமையில் நடைபெற்ற முதல் இந்தியக் காங்கிரஸ் மாநாட்டில் என்ன தீர்மானம் போட்டார்கள் ? வெள்ளையனே வெளியேறு என்றா! கிடையாது. சலுகை தரவேண்டும்; ஜமீன்தார்கட்கு உதவவேண்டும்- இந்தியர்கட்கு வேலை தரவேண்டும் என்று பிரிட்டிஷ் சர்க்காரைக் கேட்கும் 'குலாம்'களாக இருந்தார்களே அன்றி, நாட்டைவிட்டு ஓடவேண்டும் என்றா சொன்னார்கள்?

நேருவே எழுதியிருக்கிறாரே! பின்பு ஜஸ்டிஸ் கட்சி இரண்டாகப் பிரிந்ததுபோல் கோகலே, திலகர் காலங்களிலும், பகவத்சிங் தூக்குமேடை ஏறியபோதும், ஜெனரல் டயர் துப்பாக்கியால் சுட்டபோதும், பின்பு விடுதலைப் போராட்டத்தை காங்கிரஸ் இயக்கம் நடத்தியபோதும் அப்படி யாராவது சொன்னார்களா? பிரிட்டிஷ்காரர்கட்கு 'குலாமாக' இருந்தவர்கள் இப்போது ஏன் வெள்ளையனே வெளியேறு என்று கூறுகிறார்கள் என்று யாராவது கேட்டார்களா? அல்லது நேருவும், ஆச்சாரியாரும் நினைக்கி றார்களா?

இன்னமும் சொல்கிறோம், வெள்ளைபன் திரு.வி.க. வை நாடு கடத்தினான். அப்போது பதவியில் இருந்த ஜஸ்டிஸ் கட்சியினர் திரு. வி. க. வை நாடு கடத்தினால் ராஜிநாமா செய்துவிடுவோம் என்றார்கள். திரு. வி.க. தேசீய வாதிதான் : ஜஸ்டிஸ் கட்சியினர் அவரைப் பற்றிக் கவலைப்பட்டிருக்க வேண்டியதில்லை. ஜஸ்டிஸ் கட்சிமீது குற்றம் சுமத்துபவர்கள் இதை உணரவேண்டும். ஜஸ்டிஸ் கட்சி வெள்ளையனுக்குத்

தாசானுதாசர்கள் என்று யாரும் சொல்லத் தேவையில்லை. அதுபற்றி எங்களுக்கே தெரியும்.

அதிலே சரிகைத் தலைப்பாக்கள் உண்டென்றும் நாங்கள் அறிவோம். அதனால் தான் சேலம் செய்தோம். அதிலேயிருந்து பிரிந்து செல்ல முடியாது பி. டி. ராஜன் போன்றோர் வெளியேறவும் செய்தார்கள். அது எந்தக் காலம்? ஜஸ்டிஸ் கட்சி அரசோச்சிய காலம் எது? அக்காலத்துக்கும் இக்காலத்துக்கும் என்ன சம்பந்தம்? இந்த நாடு இப்போது எந்த நிலையில் இருக்கிறது? ஆரியம் இதை ஆட்டிப் படைக்கிறது. திராவிட முன்னேற்றக் கழகத்தைப் பார்த்து, வெள்ளையனுக்கு வால் பிடித்தோர் என்று கூற முடியுமா?

எனக்கு ஒரு குட்டிக்கதை ஞாபகத்திற்கு வருகிறது, ஓநாய் ஒன்று தனக்கு மிகவும் தூரத்தில் நின்று தண்ணீர் குடிக்கும் ஆட்டுக்குட்டியைப் பார்த்து, நீ ஏன் தண்ணீரைக் கலக்குகிறாய் என்றதாம், தண்ணீர் உன்பக்க மிருந்துதானே என் பக்கம் நோக்கி ஓடுகிறது. அப்படியிருக்க, நான் எப்படி தண்ணீரைக் கலக்குகிறேன் என்று கூறமுடியும் என்று கேட்ட ஆட்டுக் குட்டியைப்பார்த்து; நீ கலக்காவிட்டாலும் உன் தாயார் தண்ணீரைக் கலக்கியிருக்கும் என்று ஓநாய் கூறியதாம். எப்படியாவது ஆட்டுக்குட்டியைக் கொல்ல வேண்டுமென்பதுதான் ஓநாயின் நோக்கம். அதுபோல ஆச்சாரியார் என்னும் ஓநாய் திராவிட முன்னேற்றக் கழகம் என்ற ஆட்டுக் குட்டியைக் கொல்லப் பார்க்கிறது. வேறு என்ன இதற்கு விளக்கம் சொல்ல முடியும்?

நான் உங்களுக்குச் சொல்கிறேன். திராவிடம் என் னும் மலர்த்தோட்டத்தை அழிக்க இந்த குரங்கு வருகிறது. பூங்காவனம் போன்ற நமது மலர்ச்சோலையை, தமிழ்க் கனித் தோட்டத்தை ஆரியப் பாம்பு அழிக்கப் பார்க்கிறது.

நமது முல்லைக் கொல்லையைத் துவைக்க முனைகிறார்கள். நாங்கள் என்ன குற்றம் செய்தோம்? எங்களைப் பார்த்து

காட்டுமிராண்டிகள் என்றாராம் நேரு. அப்படிச் சொல்லி விட்டு அவர் திரும்பிப் போனதுதான் ஆச்சர்யம் !

யாரைப் பார்த்துக் காட்டுமிராண்டிகள் என்றார்? நாம் யார்? நமது சரித்திரம் என்ன? எதிரியை அழித்து வெற்றிக்கொடி பிடிக்கும் வரை, தன்வாளை உறையிலிடாத வீரர்கள் வாழ்ந்த நாடு இது. திரும்பிப் பார்க்கிறோம்.

கண்ணகிக்குச் சிலை செய்ய கல்லெடுத்து வந்தவன். தமிழரை இகழ்ந்தார்கள் என்ற காரணத்துக்காக கனக விசயன்மீது கல் ஏற்றிய சேரன் செங்குட்டுவனின் வாள் ஜொலிக்கிறது. திரும்பிப் பார்க்கிறோம்.

தமிழ் காத்த மன்னர்கள், தமிழ்ப் பெருமக்கள் மதுரையிலே வீற்றிருந்த கண்கொள்ளாக் காட்சி தெரிகிறது. திரும்பிப் பார்க்கிறோம்.

சோழநர்டு, வளம் பெருக்கும் காவேரி நதி, அதன் கரையிலே மலர்ச்சோலைகள், அங்கே கொஞ்சு மொழி பேசும் காதலர்கள். அவர்கள் காதலைச் சொல்லும் அழகு தமிழ்க் காவியங்கள், இவைகளைக் காண்கிறோம்.

ஆனால் நேரு வந்தார். காட்டுமிராண்டிகள் என்று கூறிச் சென்றார். தமிழனை இகழ்ந்து சென்றிருக்கிறார் நேரு.

எந்த நாடும் வசைச் சொற்களைப் பெறாது விடுதலை பெற்றது கிடையாது. எந்த நாட்டிலே நடைபெற்ற விடு தலைப் போராட்டத்தின் சரித்திரங்களைப் பாருங்கள். ஜார் மன்னன் ஆதிக்கத்தை எதிர்த்துப் புரட்சி செய்த ரஷ்ய நாடாயினும் சரி, லூயி மன்னனின் சர்வாதிகாரத்தை எதிர்த்துப் புரட்சித் தீயெழுப்பிய பிரான்ஸ் நாடாயினும் சரி, வசைச் சொற்களைக் கேளாது வெற்றியடைந்தது கிடையாது.

14-வது லூயி கூறினான். என்னை யாரும் தட்டிக் கேட்கக்கூடாது.

எது வேண்டுமானாலும் செய்வேன் என்றான். 15-வது லூயி என் நாட்களிலே இந்த நாட்டில் எவனும் என்னை எதிர்த்துப் புரட்சி செய்யக்கூடாது. எது நடைபெற்றாலும் என் காலத்திற்குப் பிறகு நடக்கட்டும் என்று கொக்கரித்தான்.

புரட்சி நடைபெற்றது. 15-வது லூயி மன்னன் தலை வெட்டப்பட்டது. கில்லட்டின் என்ற கொலைவாளருகே வீழ்ந்த லூயி மன்னன் தலையைக் கையிலேந்தினான். புரட்சி வீரன் டாண்டன் (Danton) இக்கொடியோனின் தலையை இந்த ஐரோப்பிய தேசத்து மன்னர்களின் காலடியில் வீசி எறிகிறேன். அவர்களுக்கும் இது எச்சரிக்கையாக இருக்கட்டும்" என்று தலையைக் கீழே எறிந்தான்.

அங்கே மூன்று தலைமுறைக்குப் பிறகுதான் விடுதலை கிட்டியது, போலந்தின் சரிதம், ஹாலந்தின் அரசியல் புரட்சி, அயர்லாந்து நடத்திய விடுதலைப்போர் எதை வேண்டுமானாலும் எடுத்துக் கொள்ளுங்கள். விடுதலை எங்கேயும் போராட்டமின்றி கிடைத்தது இல்லை.

அதுபோலத்தான் நமது போராட்டங்களும், இப்போது நாங்கள் நடத்திய போராட்டமும், நண்பர் சம்பத் நடத்திய போராட்டமும். எங்கள் இறுதிப் போராட்ட மல்ல. வருங்காலத்தில் நாங்கள் நடத்தும் போராட்டங்களுக்கு இது ஒத்திகைதான்.

என்றைக்கு திராவிட நாடு தேவை என்று கூறினோமோ, அன்றைக்கே எங்கள் போராட்டம் துவங்கி விட்டது, இன்னும் எத்தனை தியாகங்கள் செய்யவேண்டுமோ தெரியாது, எத்தனை கல்லறைகள் ஏற்படுமோ தெரியாது,

நான் சிறை பிடிக்கப்பட்டேன். பின் கம்யூனிஸ்ட் நண்பர்கள் சொன்னார்களாம் இப்போராட்டத்தினால் பசி போகுமா என்று, கிண்டல் செய்தார்களாம். கறுப்புக் கொடி காட்டினால் கேலி செய்கிறார்கள். தலைவர்கள் என்று தவறான பாதையில் அழைத்துச் செல்கிறார்கள் பிரச்சாரம் செய்கிறார்கள்.

மதுரையில் நாம் தீர்மானம் செய்த போதும் சரி அரக்கோணத்தில் தீர்மானம் செய்தபோதும் சரி, கம்யூனிஸ்டுகள் திராவிட முன்னேற்றக் கழகத்தில் தலைமை வேறு, தொண்டர்கள் வேறு என்று பிரச்சாரம் செய்கிறார்கள். அவர்கள் கட்சியில் தொண்டர்கள் எதை அப் பிரச்சினை பற்றி முடிவிற்கு வந்துவிட்டதென்றால், தொண்டர்கள் யாரும் அது பற்றிப் பேசக்கூடாது என்ற நிபந்தனை உண்டு. அந்த நிபந்தனையின் பேரால்தான் அவர்கள் கட்சியில் உறுப்பினர்களாக முடியும். இன்றும் அந்த நிபந்தனையுண்டு.

அப்படியிருக்கும்போது இவர்கள் நம்மைப் பார்த்து கிண்டல் செய்கிறார்கள். சொல்லம்புவில் யாரோ ஒரு நண்பர் நாம் கறுப்புக்கொடி பிடித்ததுபற்றி கேலி செய்தார்களாம். அவர்கள் டல்லசுக்குக் கறுப்புக் கொடி பிடித்தார்கள். அது சரியில்லை என்று நாங்கள் யாராவது கூறினோமா? கறுப்புக்கொடி காட்டுவது அவ்வளவு கேவல மாகவா போய்விட்டது? கறுப்பு துக்கத்தின் சின்னம் வெறுப்பைக் காட்டுவதின் அறிகுறி!

நாம் செத்து மடிந்தோம். ஐயாயிரம் பேர் சிறைப்பட்டோம். லால்குடி நடராசன், திருமணம் ஏற்பாடாயிருந்தது, அந்த இளைஞனுக்கு. அந்த வீரனின் உடலில் குண்டு பாய்ந்தது, அவன் வாய் கதறியழுத காட்சி மறைந்து போகுமா? கேவசன் என்றொரு தோழர், அவர் மூளை சொட்டச்சொட்ட '" ஆவ். ஆவ்" என்ற துடிப்புடன் மாண்டு போனார். போஸ்டியன் அவனது ஆண்குறி குண்டினால் அழிக்கப்பட்டுவிட்டது. அந்த திராவிட இளைஞன் தன் வாழ்க்கை இன்பத்தைக் காணவே முடி யாது செய்து விட்டார்கள். நாங்கள் உரிமை கேட்கிறோம். ஆச்சாரியார் தோட்டாக்களால் பேசுகிறார், கம்யூனிஸ்டுகள் எங்களை ஆதரிக்காது போகட்டும். எங்களைத் தூற்றாது இருக்கலாம் அல்லவா?

மதுரையில் கருப்பையா பாரதி மாண்டு போனாராம். அதற்காக எங்களைப் பலாத்காரவாதிகள் என்று

கம்யூனிஸ்ட்டுகள் அறிக்கை விடுகிறார்களாம். இதுதானா நன்றி?

தஞ்சையிலே நெற்போருக்குத் தீ இட்டோமா ? சப்-இன்ஸ்பெக்டரைக் குத்தினோமா? மிராசுதார் வீட்டின் மேல் தீப்பந்தத்தை கொளுத்தினோமா? யார் பலாத்கார வாதிகள்.

22 பேரை சுட்டுக் கொன்றார்கள். அதை இந்த நாட்டிலே எடுத்துச் சொல்ல எங்களைத் தவிர வேறு யார் நாதியிருந்தார்கள். ஒவ்வொரு மேடையிலும் நான் இந்த இருபத்திரெண்டு பிணங்களையும் எழுப்பிப் பேச வைத்தேன். மதுரையில் ராமமூர்த்திக்கா ஓட்டுப் போட்டார்கள் ? கருணாநிதியின் கண்ணீர்த் துளிக்கு அல்லவா ஓட்டுப் போட்டார்கள்.

அதையெல்லாம் மறந்து இவ்வளவு கீழ்த்தரமாகவா எங்களைப்பற்றிப் பேசுவது, நாங்கள் அடிப்பட்டோம். அவதிப்பட்டோம் யார் கேட்டார்கள். இந்த நாட்டிலே நீதி அஸ்தமித்துப் போய்விட்டதா ? கருப்பையா பாரதி இறந்தால் அதற்குக் காரணம் யார். அவரது மரணத் திற்கு நாங்கள் வருந்தாமல் இல்லை. அவருக்கும் ஒரு குடும்பம் இருக்கும். அவர்கள் இன்று அனாதையாக அவர் குடும்பம் தவிக்கும். ஆனால் இந்த நிலைமை ஏன் வந்தது. மூன்றாம் தேதி யார் பேசியது? கொடுத்தார்களே எங்களுக்கு அந்தப் பத்திரிக்கையை. கணக்கைத் தீர்க்க வேண்டுமென்று பேசி பலாத்காரத்தைத் தூண்டி வீட்டது யார்? நேரு வந்தார். கறுப்புக் கொடி காட்டி னோம். அவருக்கு இந்தோனேஷியாவிலும் கறுப்புக்கொடி காட்டினார்கள். அங்கே அசையாத நாக்கு இங்கே அசைந்திருக்கிறது.

அவர் காட்டுமிராண்டி என்று கூறியது போதாதென்று ஆச்சாரியார் பாட, திருமங்கலத்தார் ஆட இங்கே ராஜாஜி அபிநயம் நடைபெறுகிறது. இந்த மந்திரிமார்கள் போகும் இடங்களிலெல்லாம் ஆச்சாரியாரை புகழாமல் பேச்சை முடிக்கிறார்களா?

காமராசர் அதை அடக்க எவ்வளவோ முயல்கிறார். ஆனால் ஆச்சாரியார் குண்டர்களை வளர்க்கிறார். இன்று கருப்பையா பாரதி மரணத்திற்கு இவ்வளவு துடிக்கிறார்களே, அன்று உச்சிக்கிளையில் தூக்கிலே தொங்கினாரே வேலாயுதம் அவரது அன்பு மனைவியின் அழுகுரலையும், அப்பா, அப்பா என்று துடித்த அவரது மகனையும் நினைத் துப்பார்த்தார்களா ?

நெல்லிக் குப்பம் மஜீத் முஸ்லீம் இளைஞன், அவன் வயிற்றிலே கட்டாரி பாய்ந்து கொட்டிய குருதியைக் கண்டு கதறியழுத, அவன் குடும்பத்தினரைப்பற்றி நினைத்தார்களா?

சென்னைப் பாண்டியன் முடிவை யார்தான் மறக்க முடியும். இவற்றை எல்லால் நினைத்தால் - அவைகளை உணர்ந்தால் நம் நாட்டிலே கல்லறைகளும், கண்ணீர் சிந்திய காட்சிகளும் தோன்றாது. அரசியல் வானிலே வானம் பாடிகள் தோன்றும், வல்லூறுகள் தோன்றாது.

தூத்துக்குடியில் அடக்கு முறைக்கு ஆளாகி அவதிப்படுவோர் யார். கே.வி.கே. சாமி, தங்கப்பழம், நடராசன் இவர்களெல்லாம் நாட்டின் கண்மணிகள் ஆயிற்றே. இன்று ஆச்சாரியார் சதி வழக்குகள் தொடுக்கிறார்.

நான் கல்லக்குடி அறப்போரில் வெற்றி பெறாவிட்டால் என்னை மேடைமீது பேச அனுமதிக்க மாட்டேன் என்று கூறிய என். எஸ். இளங்கோ இன்று நம் முன்னே அமர்ந் திருக்கிறார். கல்லக்குடி அறப்போரில் நான் வெற்றி அடைந்துவிட்டேன்.

இந்த நாட்டில் ஒரு சர்க்கார் நடக்கிறது. டால்மியாபுரம் என்ற போர்டை மறைத்து, கல்லக்குடி என்ற தாளை நான் ஒட்டினேன். இன்றுவரை தொண்டர்கள் அந்த இடத்தைப் பாதுகாத்து வருகிறார்கள்.

இந்த சர்க்காருக்கு நாங்கள் ஒட்டிய தாளைக் கிழிக்க தைரியம் இல்லையென்றால், ஒவ்வொரு நாளும் நேருவின் முகத்தில் ஒட்டுவதுபோல், கல்லக்குடி என்று ஒட்டுகிறார்கள் என்றால்,

அறப்போரில் நாங்கள் வெற்றிபெற்றோம் என்று பெருமையுடன் சொல்கிறேன்.

யு. என். ஒ. வில் செஞ்சீனத்தைச் சேர்க்க மறுக்கிறார்கள், அதற்காக மாசேதுங் தோற்றார், சியாங்கே ஷேக் வெற்றி பெற்றார் என்று கூறமுடியுமா?

மாசேதுங் தோற்றார் என்றால் அது எவ்வளவு தவறோ அவ்வளவு தவறுதான், கல்லக்குடி அறப்போர் வெற்றி பெறவில்லை என்பது. அதன் இதுதிக் கட்டத்தை சீக்கிரம் அடைந்து விடுவோம்.

இம்மாதம் முப்பதாம் தேதியன்று எங்கள் அண்ணா விடுதலை அடைகிறார். அண்ணா அவர்களும், கல்லக்குடி அறப்போர் குழுவினரும், கல்லக்குடி அறப்போர் இரண்டா வது தலைவர், எனது மதிப்பிற்குறிய நண்பர் சிற்றரசு அவர்களும் கலந்து பேசி, தேவைப்பட்டால் கல்லக்குடி அறப் போர் முறையில் மாற்றம் செய்வதுபற்றி முடிவு செய்யப் படும் என்பதை உங்கள் அனைவர்க்கும் தெரிவித்துக் கொண்டு, மீண்டும் ஓர்முறை என் சார்பிலும் என்னுடன் அறப்போரில் ஈடுபட்டு இன்று உங்கன் முன்னே வந்திருக்கும் தோழர் முல்லை சத்தி, கஸ்தூரிராஜ், குழந்தை வேல், குமாரவேல் ஆகிய நமது நண்பர்கன் சார்பிலும் உங்களுக்கு எங்கள் நன்றியைத் தெரிவித்துக் கொள்கி றேன். வணக்கம்.

துடிக்கும் இளமை

தலவரே! தாய்மாரே! திராவிட மாணவ மணிகளே! வணக்கம். இந்த ஆண்டு விழாவிலே நான் பேசவேண்டியது துடிக்கும் இளமை! துடிப்பு எல்லைக் கோட்டைத் தாண்டி விடுவதும் உண்டு. அஃது என் குற்றமல்ல.

துடிக்கும் இளமை ஆம் இளமை துடிக்கிறது. கோல நிலா வந்து கொஞ்சுகின்ற இரவில் காதலன் துடிக்கிறான். காதலி வரவில்லை. அவளுக்கு வீட்டிலே கட்டுப்பாடு அப்படி! மற்ற நாடுகளின் நிலை கண்ட அளவிலே நிலா கண்ட காதலனின் நிலை பெற்ற இளமைக்கு, திராவிட நாட்டுக் குடிமகனாக வாழவேண்டுமென்ற ஆவல் துடிக்கிறது. துடிப்பது ஆவல் மட்டுமல்ல ! ஆரிய அரசு கண்டு ஆத்திரமுங் கூட, திராவிடர் நிலைகண்டு இரக்கமிருப்பினும்.

"இனத்திற்கு இழுக்கு விளைக்கும் இழிமகனே! ஈட்டி வருவதற்கு முன் இறந்துபோ!" என்ற எச்சரிக்கை எழுப் பும் பாசறையாக உள்ளது இளைஞர் இதயம். அமைதியோடு செயல்புரியும் ஆற்றல் இல்லையா என்று அஹிம்ஸா பிம்பய்கள் வினவலாம். கலிங்கத்தை வென்ற பிறகுதான் அசோகனுக்கு அமைதி ஏற்பட்டதாம். மதவாத மடமையை மஞ்சத்திலமர்த்தி, முதலாளிக் கொடுமையை முத்தமிட்டுக் கிடந்த ஜாரும், ரஸ்புடீனும் சாய்ந்த காரணம் சாந்த குணம் படைத்த லெனினால் அல்ல. உத்வேகத்தால் உந்தப்பட்ட ஓர் புரட்சிக்கார லெனினால்தான் அது முடிந்தது. ரஷ்யாவிலே தொழிலாளர் துயர் துடைத்தது துடிப்பின் முடிவு என்பதை யாரே மறுக்க முடியும். கடவுள்கூட அஹிம்ஸையோடு நடந்து கொண்டதாகத் தெரியவில்லை.

சிவன் கையிலே சூலமும், விஷ்ணு கையிலே சக்கரமும் முருகன் கையில் வேலும், இராமன் கையில் வில்லும் இருப்பதாக எழுதப்பட்டுள்ள சித்திரங்களையாவது

அஹிம்ஸா அன்பர்கள் பார்க்கட்டுமெனக் கூறி, இழந்த உரிமையைப் பெற துடிப்பு தேவைதான் என்பதை வலியுறுத்தி மேற் செல்லுதும்.

இந்தத் துடிப்பு திராவிடத்தில் ஏற்படக் காரணம் என்ன? அநீதியை அணைத்து வாழ்ந்த அரசியல், ரஷ்யாவிலே புரட்சிக்குக் காரணமாயிருந்தது. போப்பாண்டவரின் போலி வேடங்கள் மார்ட்டின் லூதரைக் கிளர்ச்சியில் இறங்க வைத்தன. கொடுமையும், குருமார்களின் கோணல் நடத்தையும், பதினாறாவது லூயியின் ஆட்சியும் பிரெஞ்சிலே இரத்தப் புரட்சியை உண்டாக்கியது. இன்றைய திராவிடத்திலே மாணவ உள்ளங்கள் கொதிப்பேறுவதற்குக் காரணம் ஒன்றல்ல! இரண்டல்ல !! ஓராயிரமுண்டு !!!

கண்ணில்லா தவனுக்கு காதாவது கேட்க வேண்டும். அது போகட்டு மென்றால் பேசவாவது இயல்பிருக்க வேண்டும். அதுவுமில்லை யென்றால் கால் கைகளாவது சரியாக இருக்க வேண்டும். அதுவுங் கிடையாது. அதே நிலைதான் திராவிடர் வாழ்விலும் அமைந்துள்ளது. வாழ்விலே சமத்துவ முண்டா? வள்ளுவரும், வடலூராரும், புத்தரும் சித்தரும் சமத்துவத்தைப் பரப்பியதிலிருந்தும், அதுவே நமக்குத் தேவையும் அவசியமும் அவசரமுமானதாகத் தெரிவதிலிருந்தும் சமத்துவ உணர்ச்சிக்கு சாவுமணி அடிப்பவர்களைக் கண்டு சீற்றமடையா திருக்க் முடியுமா? அரிச்சுவடிப் புத்தகத்திலே ஆரியனை அய்யர் என்றும். அல்லும் பகலும் உழைத்து வாடும் திராவிடரை உழவன். தட்டான். தச்சன் என்றும் எழுதப்படுகிற துணிவைக் கண்டு துள்ளுகிறான் மாணமுள்ளவன்! இதைத் தடுக்க முடியுமா? சமத்துவத்தைப் பரப்பும் நோக்குடன் எத்தனை நூல்கள் திராவிடர்களுக்கு வேதமாக்கப் பட்டுள்ளன ? பிராமணனோடு சூத்திரன் உட்கார்ந்தால் சூத்திரனது பின் பாகத்தை அறுத்தெறிய வேண்டுமென்ற அறிவுரை புகலும் மனுநீதி! சம்பூகன் என்பவன் தவம் செய்ததற்காக சூத்திரன் தவமியற்றுவதா" எனச் சினந்து அவன் தலையைக் கொய்த இராமனது கருணை வரலாறான இராமாயணம்! அக்கினியில்

மூழ்கி பிராமண வடிவம் பெற்றால்தான் பறையன் ஆலயத்தில் நுழையலா மென்பதை நிலைநாட்ட பெரிய புராண நந்தனார் கதை ! ஆரியக் கொள்கைகளுக்கு அடிப்படை அமைக்க ரிக், யஜூர், சாம, அதர்வணம் போன்ற வேதங்கள் ! இவை தான் திராவிடர் மறைநூலா? இவைதான் நெறியா ? ஒன்றே குலமும் ஒருவனே தேவனும் என்றே வாழ்ந்த திராவிடர்! ஒழிந்து பட்டாயா என்று எண்ணும் போதுதான் இதயந் துடிக்கிறது. இந்து மதமென்ற சாக்கடை உனக்கு சட்டம் வகுப்பதா? எந்த நாட்டிலாவது இம்மாதிரி ஒரு மதங் கண்டதுண்டா? கடவுள் என்றால் முப்பத்து முக்கோடி ! முனிவர் என்றால் நாற்பத்தெண்ணாயிரம்! மாயா உலகமிதே என உபதேசித்து ஓயா இன்பத்தில் திளைக்கும் மகாத்மாக்கள் ! இத்தனை பேர் இருந்தும் இந்நாட்டிலே உருப்படுவதற்கான துறை ஒன்றையுங் காணோமே. இந்து மதத்திலே இருபதினாயிரம் பிரிவுகள் ஏன் ? விஷ்ணு லீலையை ஒருவன் எழுதினால் அதற்குப் போட்டியாக சிவன் திருவிளையாடலை ஒருவன் எழுதுகிறான். சைவ வைணவப் போட்டி எவ்வளவு? பாண்டியப் பேரரசிலே இடைகாடன் என்ற புலவன் நாடு கடத்தப்பட்டபோது மதுரை சொக்கநாதரும் பின்தொடர்ந்தார் என்பது சைவக்கதை ! பதைத்த வைணவம் பார்த்துக் கொண்டிருக்குமா? பல்லவன் ஆட்சியிலே திருமழிசை ஆழ்வார் தேசப்பிரஷ்டம் செய்யப்பட்ட போது காஞ்சி வரதராஜப் பெருமான் பின்சென்றார் என்று காட்டியது ஒரு புராணம்!

காட்டுமிராண்டித் தனமான முறையிலே கருத்து செல்வதைக் காட்டினால் அது குற்றமா ? அல்லது இளமையின் வரம்பை மீறியதாகுமா? பதினாயிர ரூபாயும் பத்துமாத காலமும் அளித்தால் ஒரு கழுதையைக் கடவுளாக்கிக் காட்ட முடியும். கர்த்தபத்தைக் கடவுளாக்குவதா என்று காடுடைய சுடல் பூசிகள் உடனே எதிர்த்து வரலாம். கழுதை கடவுளாவதா என்று உருமியபடி வராகாவதார மகிபர்கள் வாரி சுருட்டிக்கொண்டு ஓடிவரலாம். அவர்களுக் கொன்றுரைப்பேன், சாதாரண சாயி பாபா டாலர்களில்

சதிராடிய காட்சி! பாறையில் தோண் டிய கருங்கல் பரந்தாமனாகத் தோன்றிய விந்தை ! ஆஞ்ச நேயக் குரங்கு ஆழ்வாராண அற்புதம்! கேவலம் ஒரு பறவை கருடாழ்வாரான காட்டுமிராண்டித் தனம் ! மலந்தின்னும் பன்றி மகாவிஷ்ணுவாகச் சித்தரிக்கப்பட்ட புராணம்! இதையெல்லாம் கண்டும் கேட்டுமிருக்கிற பக்த கோடிகள் கழுதை கடவுளாவதில் ஆச்சரியப்பட வழியில்லை. எந்தக் கடவுளாவது பணமும், பிரசாரப் பலமும், இளித்த வாயரும், ஏமாற்றலு மில்லாமல் பரவியதுண்டா நாட்டிலே! கழுதை கடவுளாகும் இழி நிலையில் இந்நாடு இல்லை யென்று யாராவது கூறட்டுமே பார்ப்போம்.

நாட்டிலே கல்வி உண்டா ? அல்லது அறிவைப் பெருக்கும் சாதனங்கள் உண்டா ? ஆராய்ச்சிக்கு வழி உண்டா? மலங் கழிக்கும் கக்கூஸ்களிலே ஆண் பெண் படத்தைப் போட்டு அறிவுறுத்த வேண்டிய நிலையில் நாடு இருப்பதை எந்த தேச பக்தராவது எண்ணிப் பார்த்தார்களா? கல்வி என்ற பெயரால் மக்களுக்குக் கற்பிக்கப்படுவது கம்பராமாயணமும் கந்தப் புராணமுந்தானா? இதையெல்லாங் கண்டு இந்நாட்டு இளைஞன் துடிக்க மாட்டானா?“ பேசும் பொழுதும் எழுதும் பொழுதும் தமிழ் பாஷையையே உபயோகிக்க வேண்டும்" என்று ஊ. வெ. சாமிநாத அய்யர் எழுதியிருப்பதைக் கண்டால் உண்மையாகவே உள்ளம் நெருப்புக் குழம்பாகாதா? ஒரு ராகவ அய்யங்கார் பூதப்பாண்டியன் தேவியார், வீரத்தாய்மார் போன்ற புறநானூறுகளைத் தீட்டவும், ஒரு தமிழர் சேதுப்பிள்ளை இலங்கையின் வீழ்ச்சியும், இலங்கை அணங்குமே எழுதிக்கொண்டிருக்கவுமான நிலைகண்டு எந்த மாணவன் மனந்தான் எரிமலையாகாது? கம்ப ராமாயணத்தைக் கசக்காதே! பெரிய புராணத்தைப் பொசுக்காதே! எனக் கதறிடும் புலவர் குழாம், தமிழுக்கும், தமிழர் கலைக்கும், தமிழர் நாட்டுக்கும் இதுவரை செய்த தென்ன? சேரன் செங்குட்டுவன் கனகவிசயர் தலையிலே கல்லையேற்றினான் என்று கனல் கிளம்பப் பேசிவிட்டால் போதுமா? அவனது பரம்பரையில் வந்த தமிழன் பார்ப்ப னர்

தலையிலே தானத்தை ஏற்றுவதை புலவர்கள் காண வில்லையா? ஆரியரைப் போரிலே வென்ற அந்த செங்குட்டுவன் மாட்லவறையன் என்ற ஆரியன் மகாயாகம் செய்த, போது மண்டியிட்ட வரலாற்றை எதிரிகள் நினைவூட்டினால் மானம் போகிறதே. அரசியலில் ஆரிய எதிரியாகவும், மதத்திலே அவர்களுக்கு மாமன் முறையாகவும் இருப்பதிலே பயன் என்ன என்பதுதானே துடிக்கும் இளமை தொடுக்கும் கேள்வி! உண்டா பதில் உலகாண்ட திராவிடனே ! இமயத்திலே ஒரு கொடி செதுக்கு; பர்மாவிலே படையைப் பிதுக்கி வீரங் கொப்பளிக்க வெற்றியோடு வாழ்ந்த திராவிடா! நீ வீழ்ந்தது ஏன்? வாளேந்திய உனது கரம் வஞ்சகர் வாளேந்துவது ஏன்? வாழ்வை வளப்படுத்தி வாகைமாலை சூடிய நீ வாழ்வை நம்பாதே. என்ற வார்த்தைக்கு வயப்பட்டதேன்? ஆரியரும் அவர்கள் தாசரும் செய்த அநீதி என்ற பதில் கிடைத்த மாத்திரத்தில் பச்சிளம் இதயங்கள் குமுறாதா? பொய், காற்றடைத்த பை, நீர்க்குமிழி யார்க்கும் உதவாது என்ற வார்த்தைகளின் தாயகம் தற்காப்பில் முனைந்திருப்பது கண்டு இளமை துடிக்கிறது. வடநாட்டு வாணிபம் தனியரசு செலுத்திய திராவிடத்திலே வலிமை பெற்றது கண்டு இளமை துடிக்கிறது. பசி பசியென மக்கள் அலறிட, இதோ கொஞ்சம் புசியெனக் கூறிட வாயெழாத வள்ளல்கள் கோகில தெரிசனத்துக்காகக் கும்பாபிஷேகஞ் செய்திடுவது கண்டு இளமை துடிக்கிறது. ஆரிய ஆங்கிலேய அணைப்பு, ஆதித் தமிழரை அரசியல் பிணைப்பிலிருந்து விலக்கியது கண்டு இளமை துடிக்கிறது. இரண்டு இங்கிலாந்து - இருபத்தேழு அல்ஸ்டர் இந்தப் பரப்பு கொண்ட இனிமைத் திராவிடம் தனித்து வாழ தடைக்கல் போடும் தருக்கர் உரைகண்டு இளமை துடிக்கிறது. இந்திய சரித்திரத்திலே, இணையின்றி வாழ்ந்த. மூவேந்தர் வரலாறு தீட்டப்படாதது கண்டு இளமை துடிக்கிறது.

இந்து மத சீர்திருத்தத்தை எதிர்த்திடும் இழிசெயலையும் இனப் பற்றையும் காண இளமை துடிக்கிறது. இந்தத் துடிப்பு

இதுபோன்ற ஆண்டு விழாக்கள் கொண்டாடுவதோடு நின்றுவிடாது. இந்த ஆண்டு விழாக்களின் எதிரொலி திராவிடம் மீட்சிபெற்ற விழாவை மடமை மடிந் தொழிந்த 'மே' தினத்தைக் கொண்டாடித்தான் தீரும். நடிக்கும் நச்சுக் கொள்கையினரா! துடிக்கும் இளமை வாளைப் பிடிக்கும் காலம் வந்துவிட்டது. இடிக்கும் இதயம் வெடிக்கும் எரிமலை என்பதை நெஞ்சில் நிறுத்துக! என்ற எச்சரிக்கையோடு இளமையின் துடிப்புக்கு மடை கோலுமாறு இந்நாட்டினரை அழைக்கிறேன் !

நம் மேடை

நம் மேடைகளிலே நிதி தரப்படுகிறது. நானோ ; நண்பர்களோ. நிதியை வாங்கித் தலைவரிடம் தருவோம். தந்ததை தலைவர்; 'அண்ணா'விடம் ஒப்படைப்பார். இதை தவிர 'அந்த நிதி' எங்கள் வீட்டிற்கு நேரடியாகச் செல்லாது. நேரடியாகச் செல்லாது என்றால் மறைமுகமாகவும் செல்லாது-மந்திரிகள் வீட்டிற்குப் போவது போல! நாட்டிலே இன்று நாம் மேடை மீது நடமாட வந்து நம் பணி பட்டி தொட்டிகளிலே பவனி வந்து, பட்டணங்களிலே நடை போட்டு வருவது கண்டு, நச்சு நினைப்பினர், சூழ்ச்சி செய்து சுக்கு நூறாக்க, சிதைக்க அதிகார அம்புகளைத் தயாரித்து, எதிர்ப்பையும், ஏசலையும் வளர்த்து அவர்கள் வாழ்கின்றனர்.

சென்ற வாரம் நான் தோழியர் சத்தியவாணிமுத்து அம்மையார் ஆகியோர் குறிஞ்சிப்பாடி மேடையில் பேச அமர்ந்ததும் வந்துகுவிந்தன கேள்வித்தாள்கள். கையிலே எழுதியவை மட்டுமல்ல, கலரிலே அச்சடிக்கப்பட்டும் தரப்பட்டது.

துண்டு அறிக்கைகள் தும்பிகள் போல பறக்க விடப்பட்டது; நம் மேடைக்கருகே.

தோழியர் சத்தியவாணி அம்மைக்குத் தரப்பட்ட துண்டுப் பிரசுரத்தைப் படித்தார். கேள்வி எது தெரியுமா? "பானுமதி ; ஒரு படத்திற்குப் பத்து லட்சம் வாங்குவதேன்?" எவ்வளவு முக்கியமான - திறமையான-அவசரமான கேள்வி !... சந்தேகத்தால் உண்மையில் சமர்ப்பிக்கப்பட்ட கேள்வியல்ல அது. கேள்வித் துண்டுகளைக் காட்டி; நம்மைக் கலங்கச் செய்துவிடலாம்; நம் மேடைப் பேச்சுக்குத் தடைபோடலாம் என்ற மடமைக் காரணம் தான்.

இந்தப் பீடைக் கேள்விகளைக் கூடை கூடையாகக் கொட்டுகிறார்கள். எங்களின் மேடைப் பேச்சிலே எங்களுக்கு

நம்பிக்கை கிடையாது. மக்களை மயக்கும் மகுடி மயக்க மருந்து எங்களிடத்திலே இல்லை. ஆனால், எங்கள் கொள்கையிலே உண்மை, உறுதி, நீதி, நேர்மை, நடனம் புரிவதால்தான் நாங்கள் கேள்வி கண்டு கலங்கவோ - 'மேடைக்கடையை' மூடிக்கொள்வதோ கிடையாது.

நம் மேடைக்கு, நாங்கள் பேசப் புறப்படும் முன்னே. தயாரிடம் வாய்க்கரசி வாங்கிக்கொண்டு; அன்பு மனையாளை ஒருமுறை ஆசைதீரப் பார்த்து; குழந்தையை வாரி ஒரு முத்தமிட்டு; "கடைசி முத்தம் கண்ணே ! இது காலை நான் வீடு வந்தால்; புது முத்தம் பெறு !...

"மனையாளே! நான் பேச்சு மேடைக்குப் போகவில்லை இன்று சுடுகாடு போகிறேன். திரும்பி வந்தால், பார்த்துக் கொள்!" என்று கூறித்தான் நாங்கள் இன்று மேடைக்கு வரவேண்டி யிருக்கிறது. காரணம், இன்று அந்த அளவுக்கு நாட்டிலே ; மேடைகளைச் சுற்றிப் பொறாமை வாடை வீசுகிறது. காட்டு மிராண்டித் தனமான; பலாத்காரமான ; அராஜக; அக்ரம நிலைமை அதிகரித்து வருகிறது.

சுதந்திரச் சூரியன்' தோன்றி நான்காண்டுகளிலே இந்த நல்லவர்கள் ஆட்சிலே 1932 முறை அக்ரமத் துப்பாக்கிப் பிரயோகம் நடந்திருக்கிறது. 82 பேர் சுட்டுக் கொல்லப்பட்டனர்; 10,000 பேர் ; சிறையில்!

எங்கே, நடந்தது இந்த வெங்கொடுமை விளையாட்டு ? ஜப்பானிலா? ஜெர்மனியிலா? இத்தாலியிலா? ரஷ்யாவிலா? இல்லை: இந்தப் புண்யபூமி'யில் தான்!

82 பேர்: யார் ? முற்றுகையிட்டவரா திடீரென்று, அகிம்சைக்கு எதிராக? சண்டமாருதமாகக் கிளம்பி : இந்தியாவிலே ; சமரசப் போருக்கெதிராக, சங்குமுழக்கியவரா... இல்லை இந்தியப் பிரஜை தான். "வந்தே மாதரம்!" என்று மேடையிலே பாடியவர்கள் தான்.

சிறைச் சாலையிலே சேலத்திலே சுட்டார்கள். நம் மேடைகளுக்குத் தடை போட்டார்கள்; கையிலே கத்தி யெடுத்தல்ல - ஒரு கொடி எடுத்து-அதிலே கொம்பு கூடக் கிடையாது; கையிலே கொடிபிடித்து கொள்கை காக்க. குமுறும் உள்ளத்தை எடுத்துக் கூற வந்தவர்களின் மீது குதிரை விட்டு மிதித்தனர். லத்தியாலே, குத்தினர். இரத்த ஆறு காட்டினர். அதிகாரத் தேர் பவனி வருகிறது காங்கிரஸ், அகிம்சை வீதிகளிலே !

இந்த பவனிதான் காந்தியார் கண்ட கனவா ? இது தான் ; இராம, இராஜ்ய பவனியா ? இதைக் கூறித்தான், ஓட்டு கேட்டனரா மேடைகளிலே!

நம் மேடைகளிலிருந்து: " தங்கத்தாள் போன்று நெல் விளைந்த திருநெல்வேலியிலே, கத்தாழை தின்று, ஆறுபேர் இறந்தனராம். காரணம்; கத்தாழையிலே கடும் விஷமிருந்ததால். ஏன்? இந்த நிலை ? எதற்கு இவ்வறுமை?

"பிள்ளையோ ! பிள்ளை வியாபாரம்! பிள்ளை வியாபாரம்! நாலணாவுக்கு ஒரு குழந்தை? நீடிக்க வேண்டியது தானா? நாடாளப் போன நல்ல மனிதர்களே!" என்று நாம் கேட்டால்; கதறினால், கண்ணீர் உகுத்தால் அடிவயிற்றிலிருந்து அலறிக் கூவினால் சாமர்த்தியமாக சமரசமாக நிதானமாக, நா நோகாதக் குர லிலே "நான்கு ஆண்டு குழந்தை இந்தியா. அது எதைச் செய்ய முடியும் ? சிறுபிள்ளை. இத்தகைய பொறுப்பை எப்படி நிறைவேற்றும், உடனே எல்லாம் ஜீரணமாகுமா குழந்தைக்கு !" என்று பேசி பதில் தருகிறார்கள்.

பசி பட்டினியைப் போக்கும் வழி 'பஞ்சத்தைப் போக்கும் பால் அந்தக் குழந்தைக்கு ஜீரணமாகவில்லையே' என்றால் அதிகார அடக்குமுறை பிரியானி மட்டும் அந்தக் குழந்தைக்கு எப்படி ஜீரணமாகிறது 2 நாடு முழு மையும் நம் மேடைக்கு. எழுத்துக்கு எண்ணத்துக்குத் தடைபோடும். கடினக் கரித்துண்டுகள் கலந்த கொடுமைப் பிரியாணி மட்டும்

ஜீரணமாகிறதா? நன்மை என்றதும் செறிக்க மறுக்கின்றதா நான்காண்டு இந்திய குழந்தைக்கு?

காமராஜர் ஈரோட்டிலே, மேடையிலே பேசிக்கொண்டிருந்த போது ஒரு பையன் வந்து துண்டு கடிதம் தந்தான், அதிலே ரேஷன் தொல்லை தாள முடியவில்லை. தாங்கள் கொஞ்சம் கவனம் கொள்ளுங்கள் என்று எழுதப்பட்டிருந்தது. படித்த காமராஜர். அந்தப் பையனையும் கடிதத்தையும் மாறிமாறிப் பார்த்தார் கேள்வி கேட்டவன் செஞ்சட்டையோ, கருஞ்சட்டையோ அணிந்திருக்கவில்லை. வெறுஞ்சட்டை கந்தலாடைதான் கட்டியிருந்தான்.

காமராஜர் கையிலே இருந்த கடிதம் இதற்குள்ளே நனைந்து விட்டது. காபி சிந்தி விட்டதால்! கண்ணீரா வடிப்பார் காமராசர்?

உடனே மேடையிலே பதில் சொன்னார்: " இதென்ன பெரிய பிரச்சினை? கல்கத்தாவிலே மெயில் கவிந்ததால் பலர் இறந்தனரே! அதைவிடவா இது முக்கியமான பிரச்சினை?' ' என்று அந்தப் பையனைப் பார்த்து பேசியிருக்கிறார். எட்டு பேர் இறந்தது கேட்டு, நாமும் அனுதாபப்பட் டோம். மனித இருதயம் நமக்கும் இருப்பதால்.

செத்தவனைப்பற்றிக் கவலைப்படுகிறீரே காமராஜரே! சாவதா? வாழ்வதா? என்ற கேள்வி முனையிலே நிற்கும் ஏழைக்கு - இந்நாட்டுக்கு எங்கே வழி? என்று மேடையில் நாம் வேதனைக்குரல் எழுப்பினால், அவர்கள் விளையாடுகிறார்கள். பரிதாப நிலையைக் கூறும்போது பரிகாசத்தை நமக்குப் பரிசாகத் தருகின்றனர். மானம் பறி போவதைப் பற்றி நாம் மேடைமீது மார் வலியப் பேசினால் அவர்கள் மரணம் எய்தியவனைப்பற்றி, மணிக் கணக்கிலே முழங்குகிறார்கள்.

திருவாங்கூரில் ஒரு கம்யூனிஸ்டு தோழனை, கொள்கையால் வேறொருவன் என்ற காரணத்துக்காக, சவுக்காலே அடித்தனர், அவன் சோர்ந்து விழுமளவுக்கு, தாகம் தாளாது அவன்

தண்ணீர் கேட்டான் சாடை காட்டி. ' தண்ணீரா வேண்டும்? இதோ இரு என்று சொல்லி மூத்திரத்தைக் கொண்டுவந்து தந்தனர். 'அம்மா! நான் தண்ணீர் கேட்டால் நீ சுண்டக் காய்ச்சிய பாலில் கற்கண்டு இட்டுக்கொண்டு வருவாயே! இங்கே பார் ! மூத்திரம்!" என்று, அவன் சொல்லவில்லை, மனக் கண் முன்னே நினைத்துப் பேசினான். ஆயாசத்தால் அவனை அறியாமல் அவன் வாய் 'அம்மா' என்றது. அருகிலிருந்த அதிகாரிகள் 'அம்மா வேண்டுமா?' என்று சொல்லி அவன் சொல்லாத முன்னே சென்று அவனின் தாயை அழைத்து வந்தனர். தாயாரை நிர்வாணமாக்கி; மகனுக்கு முன்னே நிறுத்தி, மகனையும் (அவனையும்) நிர்வாணமாக்கி. இருவரையும் ஒன்றாக இணைத்தனர் பலாத்காரமாக !... நம் மேடைகளிலே, நாம் கட்டிய கதை அல்ல இது காங்கிரஸ் ஆட்சியிலே நடந்தது. திருவாங்கூரிலே !

காங்கிரஸ் கரைந்து, கட்டெறும்பான நிலைமைக்குக் காங்கிரஸ் பக்தர்களை விட கண்ணீர் வடிப்பது நாங்கள் தான். மாடமாளிகை போன்ற காங்கிரஸ், மண் மேடான நிலைமைக்கு நாம் மனம் வருந்துகின்றோமென்றால். காரணம், தமிழன் திருப்பூர் குமரன் தடியடிபட்டு-சிதம்பரம் செக்கிழுத்து, மூத்திரக் களஞ்சியத்திலே கஞ்சி வாங்கிக் குடித்து, எங்களைப் போலப் பேசிப் பேசி, காந்தியார் துடித்து, வளர்க்கப்பட்டது காங்கிரஸ். தூக்கு மேடையிலே பகவத்சிங் துவண்ட பிறகுதான், எத்தனையோ பேரை இழந்த பிறகுதான் வளர்ந்தது காங்கிரஸ் என்பதை நாங்கள் உணர்பவர்கள். தமிழர்கள்-தென்னாட்டவரின் உழைப்பால் தழைத்ததுதான் காங்கிரஸ். இதைத் தெரிந்தே நாங்கள் காங்கிரஸ் அழியட்டும்' என்கிறோம் மேடை மீதிருந்து.

மேனாட்டிலே ஒரு முறை உண்டு, வீட்டிலே கட்டி வளர்த்த நாய்க்கு வியாதி வந்ததும் வீட்டுக்காரன் டாக்டரைக் கூப்பிடுவான். டாக்டர், "வியாதி இனி தீராது என்று தெரிவித்ததும், நாய்க்குச் சொந்தக்காரன் நாயை உடனே சுட்டுக் கொன்று விடுவான். கட்டியல்லவா, ரொட்டி போட்டு வளர்த்தோம்? பால் ஊட்டினோமே. படுக்கை தந்தோமே,

பக்கத்திலே வருமே, நாவசைத்து நன்றி காட்டுமே, நாம் வளர்த்த நாயை நாமே கொல்வதா? என்று எண்ணாமல் கட்டாயம் அவன் சுட்டுக் கொல்வான். ஏன் ? சிரித்தே வளர்ந்த நாய்-நோயால் சிதைக்கப்படுவதைவிட, துடித்துத் துடித்து துவளுவதை விட- மரண மூச்சு விடமுடியாமல் அழுவதைவிட, அதைக்கண்டு தான் திகைப்பதைவிட, அழித்துவிடுவது " அரிய செயல்" என்று அங்கே கொள்ளப்படுகிறது. அதை (Cruel Kindness) இதயமற்ற அன்புக் கொடுமை என்பர். இதே முறையினைத்தான் நாங்கள் 'காங்கிரஸ் விஷயத்தில் காட்ட விரும்புகிறோம். நேரு வெளியேறி, ராஜாஜி வெறுத்து, சலசலப்பு-சஞ்சலம் வலுத்து, கழுதை கெட்டுச் சுவர் ஓரத்திலே ஒட்டி நிற்பதுபோல, நல்லவர் களெல்லாம் கைவிட்டு. இன்று நாடோடி களெல்லாம் காங்கிரசை ஆதரிக்கும் அளவுக்கு, 'நோய் கொண்ட நாயாக' காங்கிரஸ் இருப்பதைவிட அது அழிவது நல்லதல்லவா?

கல்லூரி கட்டிடத்தைக் கொத்தன் கட்டினான். அதற்காக அவனையா பிரின்ஸ்பாலாக்குவது? அல்லது ஆசிரியனாகவா அமர்த்துவது? கொத்தன் பள்ளிக்கூடம் கட்டினமைக்கு பாராட்டுரை தரலாம். பணம் கூடவேண்டுமானால் போட்டுத் தரலாம். கட்டின காரணத்துக்காக கொத்தனையே வாத்தியாராக அமர்த்தினால், பையன்களுக்குக் கொத்து வேலை செய்யத் தெரியுமே தவிர. புத்தகத்தைப் படிக்கவா முடியும்? அதேபோல சுதந்திரம் வாங்கிக் கொடுத்தமைக்காக இவர்களே தான், ஆளவேண்டும் என்று கூற என்ன நியாயமிருக்கிறது? இன்று மேடைகளிலிருந்து காங்கிரசைக் குறை கூறுகிறார்களே ? இவர்களுக்கு என்ன உரிமை இருக்கிறது? 'சுதந்திரப் போரிலே ஒதுங்கி நின்றவர்கள் இவர்கள்' என்று இன்று நாம் தூற்றப்படுகிறோம்.

பலமுறை எழுதியெழுதி நாம் ஓய்ந்திருக்கிறோம். இந்தப் பிரச்னைப்பற்றி. சுதந்திரம் நாங்கள் தான் வாங்கினோ மென்றால், அழுத்தம் திருத்தமாகக் கூறுகிறேன்: கைராட்டினத்தைக் கண்டும், அரையணா தக்ளியினைக்

கண்டும் சத்தியக் கொடி கண்டும் வெள்ளையன் வெளியேறிவிடவில்லை. பட்டாளத்தைப் பார்த்துத்தான். "நாங்கள் சேருங்கள்! படையில்" என்று சொன்னோம், திராவிடத் திலிருந்து எத்தனையோ தோழர்கள் சேர்ந்தனர்- இப்படிப் படை பெருகக் கண்ட பிறகுதான் வெள்ளையன் தொடை நடுங்கினான். எங்களின் உழைப்பு வாடை வீசிக்கொண்டு தான் இருந்தது, அந்த நேரத்திலும் என்பதை இவர்களால் மேடை மீதிருந்து மறுக்க முடியுமா இல்லையென்று?

குறிஞ்சிப்பாடியில் ஒரு கூட்டத்தில் பேச போய்க் கொண்டிருந்தோம். எங்களுக்கு முன்னே ஒரு தோழர் மோட்டார் சைக்கிளில் போய்க் கொண்டிருந்தார். திடீ ரென்று அந்தத் தோழர் எங்கள் காரை நிறுத்தினார். வந்தார்.

' ஐயா! என்னுடைய சைகிலுக்கு விளக்கில்லை.தயவு செய்துக் காரை எனக்குப் பின்புறமாக மெதுவாக ஓட்டி வாருங்கள் என்றார். நான் சொன்னேன். நான் இப்போது அவசரமாகப் போகவேண்டியுள்ளதப்பா, பொதுக் கூட்டத்தில் கலந்து கொள்ளவேண்டியுள்ளது என்றேன். நானும் அங்கேதான் போகிறேன்" என்றார் அத்தோழர். பிறகு, முன்னே மோட்டார் சைக்கிள் சொல்ல, பின்னே நாங்கள் வெளிச்சம் காட்ட, அவர் போய் கொண்டிருந்தார். இதற்குள்ளே சைகிலிலே உள்ள 'டை' கழன்று சாமான்களெல்லாம் கீழே விழ ஆரம்பித்தது. அதை அவர் அறியாமலே போய்க் கொண்டிருந்தார். நாங்கள் இறங்கி அவைகளைப் பொறுக்கியெடுத்து, எங்கள் காரிலே வைத்துக் கொண்டு, பின்னர் ஊர் போனதும் தந்தோம்.

அதுபோல, விடுதலைப் போர் நோக்கி ஓடிக்கொண்டிருந்த காங்கிரஸ் மோட்டார் சைகிலுக்கு நாங்கள் விளக்குக் காட்டித்தான் வந்தோம். உதாரணமாக, ஆகஸ்ட் 15-ஐ அண்ணா கொண்டாட வேண்டுமென்று சொன்னபோது. அவரின் கீழேதான் நாங்கள் அடங்கிக் கிடந்தோம். இத்தகைய கருத்துக்களை எங்கள் மேடை மீதிருந்து எடுத்தெடுத்துச் சொல்லிவிட்டோம். நாங்கள் மேடையிலே நிற்கிறோம்.

இல்லை-குற்றவாளிக் கூண்டிலே நிற்கிறோம். பேச்சாளர்களாகிய நாங்கள் குற்றவாளிகள். எங்களது பேச்சு. பேச்சல்ல - வாக்குமூலம். எங்கள் மேடைக்கருகிலிருந்து கேற்ப்பவர்கள் மக்களல்ல. நீதிபதிகள். நீதிபதிகளாக நினைத்துத்தான் நாங்கள் பேசுகிறோம்.

அத்தை மகள்

அன்புள்ள தலைவரவர்களே ! தோழர்களே! பெரியோர்களே! தாய்மார்களே!

மாதவரம் திராவிட முன்னேற்றக் கழகத்தின் இம் மாபெரும் பொதுக்கூட்டத்தில் நானும் கலந்து கொள்ள நேர்ந்த வாய்ப்புக்கும், அந்த நல்வாய்ப்பை நல்கிய நண்பர்களுக்கும் முதற்கண் எனது நன்றி கலந்த வணக்கத்தைத் தெரிவித்துக் கொள்ளுகிறேன்.

எனக்கு முன் பேசிய நண்பர் தென்னரசு நேரு நம்மையெல்லாம் பைத்தியக்காரர்கள் என்று பேசியது குறித்து நான் என்ன பதில் சொல்லப் போகிறேன் என்பதை அறியத் துடிப்பதாகக் குறிப்பிட்டார். நேரு நம்மை பைத்தியக்காரர்கள் என்று துணிந்துதான் சொன்னார். உண்மை! ஆனால் நான் என்ன பதில் சொல்லப் போகிறேன் ? நீங்களெல்லாம் கண்டீர்கள் சற்றுமுன் பந்தலிலே தொங்கிக் கொண்டிருந்த பெட்ரோமாக்ஸ் விளக்கொன்று திடீரென்று அளவுக்கு அதிகமாக ஒளிவிடத் தொடங்கியதை. பந்தலையே கொளுத்திவிடுமோ என்ற பயத்தையும் பதை பதைப்பையும் உண்டாக்கிற்று அத்தீபம். ஆனால். சற்று நேரத்தில் அது ஒளிகுன்றி. இதோ தொங்கிக் கொண்டிருப்பதையும் காண்கிறீர்கள். இந்த ஜோதியைப் போலத்தான் ஆசிய ஜோதியும் இன்று ஒளிவிடுகிறது!

இதைத்தவிர சுருக்கமாக சுவையாக கண்ணியமாக- வேறுஎன்ன பதில் சொல்வதென்று எனக்கே புரியவில்லை.

நேரு இப்போதெல்லாம் அடிக்கடி திராவிடத்திலே திக்விஜயம் செய்கிறார். அப்படி வரும் ஒவ்வொரு முறையிலும் ஒவ்வொரு வகையில் நம்மை ஏசிப் பார்க்கிறார்! ஏன்? முன்பெல்லாம் தென்னகத்தையே நினைத்துப் பார்க்காத

நேரு-திராவிடத்தையே திரும்பிப் பார்க்க நினைக்காத நேரு -இன்று அடிக்கடி பவனி வரத் தொடங்கி யிருப்பதன் காரணம்தான் என்ன?

தென்னகத்திலே இயற்கை அன்னை புயல் ரூபத்திலே கோர நர்த்தனம் ஆடிய நேரத்திலே வந்தாரில்லை ! தஞ்சை தரணியிலே. திருச்சி மாவட்டத்திலே மிக மிக வேதனை கலந்த நிகழ்ச்சிகள் நடை பெற்ற வேளையிலே ஆயிரக் கணக்கானோர் பிச்சை எடுக்கும் பரிதாபநிலை பரவிய சமயத்திலே - மற்றும் வீடிழந்தும், மாடு வண்டி இழந்தும், ரூபாய்களை வேலை இழந்தும், ஏன் லட்சக் கணக்கான இழந்தும் அநேகர் தடுமாறித் தத்தளித்த நேரத்திலே வந்தாரில்லை!

ஆனால் வந்தார், ஒரே ஒரு பகுதிக்கு. செழிப்பான வளமை குன்றாத உலகத்தின் அழகு பூமிகளிலே ஒன்றான திருவாங்கூர் பகுதிக்கு வந்தார்! கேரளகீதம் கேட்டார் ! திருப்தி கொண்டார்!

திரும்பிச் சென்றார்! இன்னல் நிறைந்திருந்த இடத்தை மறந்து இயற்கை அழகை ரசித் துச் சென்றார்!

அப்படிப்பட்ட நேரு இப்போது மட்டும் அடிக்கடி 'திக் விஜயம்' செய்வானேன்? அதிலே அடங்கியிருக்கும் அடிப்படைக் காரணங்கள் தான் என்ன? கடுமையான கேள்வியல்ல ! புரியாத புதிருமல்ல! திராவிட முன்னேற்றக் கழகம்தான் நேருவைத் திரும்பிப்பார்க்க செய்திருக்கிறது என்பதைத்தவிர அதற்கு வேறென்ன பதில் இருக்க முடியும்?

திராவிடம் வேதனைக் காடாக - அழுகுரல் பூமியாக- வறுமைப் புயலிலே சிக்கித் தவித்த நேரத்திலே காண முடியவில்லை நேருவை. ஆனால் இன்றோ திடீரென திடும் திடுமென விஜயம் செய்கிறார்! பார்க்கிறோம்! அதற்கு. நல்லதொரு காரணம் இருக்கத்தானே வேண்டும்?

தாயகத்தை மீட்கும் பெரும் பணியில் நாம் ஈடுபட் டிருக்கிறோம். திராவிடத்தாயின் அடிமைத் தளைகளை

உடைத்தெறியும் முயற்சியில் குதித்து விட்டோம்! அந்த நமது லட்சியப் பிடிப்பை - வாழ்வுப் பிரச்சினையை அழித் தொழிக்க வேண்டும் : பொசுக்கித் தள்ளவேண்டும் என்பதற்காகவே அலகாபாத் வீரர்-ஆசிய ஜோதி அடிக்கடி வருகிறார். அவர் காரியமாற்றும் நேரத்திலும் அபுல்கலாம் ஆஸாத்துடன் கல்வி விஷயமாக உரையாடல் நடத்தும் நேரத்திலும் குடும்பத்தோடு குலாவி மகிழும் நேரத்திலும் அமெரிக்க ராணுவ உதவி குறித்து பாகிஸ்தான் என்ன சொல்லுகிறது? என்ற அரசியல் பிரச்னையில் ஆழ்ந்திருக்கும் நேரத்திலும் -"அமெரிக்காவின் கண்ணோட்டம் என்ன? ரஷ்யாவின் கருத்தோட்டம் என்ன?" என்ற நினை வோட்டத்தில் ஈடுபட்டிருக்கும் நேரத்திலும் - இன்னும் நேரு படிக்கும் போதும், படுக்கும் போதும் உண்ணும் போதும், உலாவும் போதும், அவரது நினைவாக,கனவாக அவர் முன்னே நிறுத்தப்பட்டு விட்டது திராவிட உணர்ச்சி ! நமது நமது எழுச்சி! ஆகவேதான் அடிக்கடி வருகிறார்; நம்மைப் பற்றிப் பேசுகிறார்!

முன்பெல்லாம் தென்னாடு என்றழைக்கவே-திராவிடம் எள்று சொல்லவே-திராவிட முன்னேற்றக் கழகம் என்று குறிப்பிடவே பயந்திருந்தார் நேரு, எங்கே நமக்கு விளமபரம் கிடைத்து விடுமோ என்ற வீணாண எண்ணத்தால். ஆனால் இன்றோ செல்லுமிடமெல்லாம் சீறிப்பாய்கிறார்- சிந்தை தடுமாறுகிறார் - செல்லாத சொற்களை வீசுகிறார்- தென்னாட்டிலே பிரிவினை உணர்ச்சி முழுரூபம் பெற்று விட்டதைக் கண்டு! அந்த உரிமைக் கிளர்ச்சி விடுதலை போர் எங்கே போய் நிற்குமோ என்று கவனிக்கிறார். ஆனால் நாமோ திராவிட முன்னேற்ற கழகத்தின் லட்சியத்தைக் காப்பாற்ற, அண்ணாவின் சுட்டுவிரல் அசையுமா- எங்கே, ஒரு கண்ஜாடை காட்டமாட்டாரா - "தம்பிகளே, புறப்படுங்கள்!" என்று கட்டளை இடமாட்டாரா என்று காத்துக் கொண்டிருக்கிறோம்.

எனக்கு முன்பு பேசிய மாணவத் தோழர் ஒருவர் நான் மாணவர்களைப் பற்றி அதிகம் பேசவேண்டும் என்று

சொன்னார். திராவிட முன்னேற்றக் கழகம் மாணவர்களிடம் மட்டுமல்ல ; திராவிடப் பெருங்குடி மக்களிடம், வீரத் தாய்மார்களிடம், பாடுபடும் பாட்டாளிகளிடம் நெருங்கியத் தொடர்பு கொண்டிருக்கிறது. ஆகவே உணர்ச்சியோடும் உரிமையோடும், உறுதி நிறைந்த பண்போடும் "இலட்சியத்தை ஈடேற்றியே தீருவோம்" என்ற எதிர்கால இன்ப முடிவிலே நடைபோட்டு வளருகிறது.

பெரியோர்களே ! திராவிட முன்னேற்றக் கழகம் உங்களைப் பார்த்து வேண்டுவதெல்லாம் உங்களது பழங்கால சரித்திரத்தை சற்றுப் புரட்டிப் பார்க்க மென்பதுதான்! நீங்கள் பிறந்த நேரத்தில் வெள்ளையன் நம் இன்ப பூமியை ஆண்டு கொண்டிருந்தான். ஆண்டாண்டு காலமாக அடிமையாகவே வாழ்ந்து வந்தீர்கள். வேண்டாத வேற்று நாட்டானின் ஆட்சியிலே அல்லல் பட்டுக் கொண்டிருந்தீர்கள். நீங்கள் மட்டுமல்ல; உங்க ளுக்கும் முந்தைய-உங்களைப் பெற்றெடுத்தவர்கள் ஆரிய மாயையிடம் கட்டுண்டு கிடந்தார்கள். ஆனால் சற்று சிந்தித்துப் பார்க்க வேண்டுகிறேன். அவர்களுக்கு முந்திய திராவிடர்கள் எப்படி வாழ்ந்தார்கள்? சேரனும். சோழனும் பாண்டியனும் ஆண்ட திராவிடத்திலே- சுதந்திரத் திருவிடத்திலே உரிமையுடன் வாழ்ந்திருந்தார்கள். ஆனால், அவர்களது பரம்பரையிலே வந்த நாமோ இன்று வாழும் நிலை என்ன? அடிமைகளாக- தொழும்பர்களாக- பொட்டுப் பூச்சிகளாக உலவுகிறோம். ஏன் இந்த நிலை? எவனெவனோ வருகிறான்- ஏதேதோ பேசுகிறான்- அடக்கு முறைகளையும் வீசுகிறான்- ஏன் இந்த இழி நிலை ?

பெரியோர்களே ! சாகப்போகும் வயது உங்களுடையது. வாலிபப் பருவத்தை கடந்துவிட்ட வயோதிக வயது! மகனுக்குத் திருமணம் முடித்து - அவனது சுக வாழ்வு கண்டு - சிங்காரப் பேரனையும் தொட்டுப் பார்த்து விட்டீர்கள்! இன்னும் அப்பேரனுக்கும் மணம் செய்து பார்க்கும் பாக்கியம் பெற்ற சிலரும் உங்களிடையே இருக்கலாம். இனி மண் ஒன்றுதான் உங்களுக்குச் சொந்தம்.

இன்னும் ஐந்தாறு ஆண்டுகள் தான் அதிகமாகப் போனால் பத்துப், பதினைந்து ஆண்டுகள் தான் நீங்கள் வாழ முடியும். அந்த குறுகிய வாழ்நாளில் நீங்கள் செய்யப் போகும் தொண்டு என்ன? அடிமை நாட்டிலே பிறந்தீர்கள்-சுதந்திர நாட்டிலே சாகக் கூடாதா? உங்கள் சவம் புதைக்கப்படும் மண் புனித மண்ணாக-சுதந்திர மண்ணாக இருக்கக் கூடாதா ? இதைத்தான் திராவிட முன்னேற்றக் கழகம் உங்களைப் பார்த்து, அனுபவத்தின் ரேகைகள் அடர்ந்து கிடக்கும் உங்கள் முகத்தைப் பார்த்துக் கேட்கிறது.

தாய்மார்களே ! வேகத்தேடு விடுதலைப் போரில் குதித்துவிட்ட போதிலும், உங்களை திராவிட முன்னேற்றக் கழகம் மறந்து விடவில்லை. போர் என்றதும் புன்னகை. காட்டி களத்திற்கு காளைச் செல்வங்களை லட்சோபலட்சமாக அனுப்பிவைத்த வீராங்கனைகளின் மரபிலே வந்த உங்களை மறக்கலாமா? மறக்கத்தான் இயலுமா?

முதல் நாள் போரிலே தகப்பன்-மறுநாள் கட்டிய கணவன்-பின் உடன்பிறந்த ஒரே சகோதரன் இப்படியாக குடும்பத்தினர்கள் குருதி மழையிலே அழிந்து விட் டார்கள். எஞ்சி நிற்பவனோ ஒரே செல்வத் திருமகன் -பனிரெண்டு வயதுப் பாலகன்தான்- குடும்பத்தின் ஆண் மகனாக! அன்றும் போர்களத்திலிருந்து முரசொலி கேட் கிறது! தடுமாறவில்லைத் தாயின் மனம். குடும்பத்திற் கொருவன் களத்திற்குச் செல்லத்தான் வேண்டுமென்ற- கடமை உணர்ச்சி உந்தித் தள்ளுகிறது அவளை. அந்தப் பால்மணம் மாறாப் பாலகனைப் பக்கத்தில் அழைக்கிறாள். கையிலே வேல்கொடுத்து "செருமுகம் நோக்கிச் செல்லடா" என்று அனுப்பி வைக்கிறாள். அத்தகைய தாய்க் குலத்திலே - புறநானூறு புகழும் தாய்மார்களின் பரம் பரையிலே வந்த உங்களை திராவிட முன்னேற்றக் கழகம் கேட்கிறது, வீட்டிற்கொரு வீரனை விடுதலைப் போராட்டத் திற்குத் தட்டாமல் தந்துதவுங்கள் என்று!

இன்னும் திராவிடத் தொழிலாளத் தோழர்களே ! உழைத்து உழைத்து உருக்குலைந்து-இரத்தத்தை வியர்வை யாக்கிப்

பாடுபடும் பாட்டாளி வர்க்கமே ! உன்னையும் தான் திராவிட முன்னேற்றக் கழகம் நோக்குகிறது! கேட்கிறது, உடல்நோக உள்ளம்நோக உழைத்து மாய்கிறாயே, உனக்கு இந்த நாடு தந்த பரிசு என்ன ? உழைப்புக்குத் தந்த மதிப்பு என்ன? அறைவயிற்றுக் கஞ்சியும், ஆறுதலற்ற வாழ்வும் தானே? நினைத்துப் பாருங்கள். நேர்மை நெஞ்சத்தினரே திராவிடத்தின் பெருங்குடி மக்களே! உங்கள் உழைப்பு உவகை தரவேண்டாமா? உங்கள் வாழ்வு மலர வேண் டாமா? ஆகவேதான் திராவிட முன்னேற்றக் கழகம் உங்களைப் பார்த்துக் கேட்கிறது. "திராவிடப் பாட்டாளி மக்களே ! ஒன்று சேருங்கள் ! செஞ்சீனத்தின் குரலுக்குப் போட்டியாக தொனியிலே அல்ல ; கொள்கையிலே உரத்தக் குரல் எழுப்புவோம் ! வாரீர், வாரீர் !" என்று.

மாணவத் தோழர்களே ! வருங்கால வாழ்வுக் குடையோரே! உங்களையும் திராவிட முன்னேற்றக் கழகம் அழைக்கிறது. எப்படி? களத்திலே குதியுங்கள் என்றா? அல்ல! கவனியுங்கள் ஆனால், இரண்டரக் கலந்துவிடா தீர்கள் என்றுதான்! ஏன்? படிக்கவேண்டிய பருவம் உங்களுடையது. பக்குவப் பட வேண்டிய நேரம்!

திராவிட முன்னேற்றக் கழகத்தை மட்டுமல்ல : மற்ற கட்சிகளை, அவற்றின் நடைமுறைச் செயல்களை அரசியல் நிகழ்ச்சிகளை நினைக்கலாம்; கவனிக்காமல்; அதோடு மட்டுமல்ல-சிந்தித்தாக வேண்டும்; அதுவும் ஒதுங்கியிருந்து சிந்திக்கவேண்டும் ! ஏனெனில் படிப்பை பாழாக்கி விடக் கூடாது ! விழலுக் கிரைத்த நீராக்கி விடக்கூடாது.

ஒரு நாட்டின் விடுதலைப் போராட்டத்திற்கு வீரர்கள் படை மட்டும் போதாது. விவேகிகள் படையும் தேவை. நாட்டை மீட்கும் நற்பணி வீரர்படையைச் சார்ர்தது: பெற்ற நாட்டை காக்கவேண்டியவர்களோ விவேகிகள் படையினர். திராவிடத்திலே இன்று வீரர்கள் படை அணிவகுத்து நிற்கிறது! ஆகவே மாணவத் தோழர்களே எதிர்கால விவேகிகள் படையாக நீங்கள் உருவாக வேண்டும்.

காங்கிரசும்தான் விடுதலைப் போராட்டம் நடத்தியது. அதிலே வீரர்கள் படை நிறைந்திருந்தது. ஆனால் விவேகிகள் படை இல்லை. ஆகவேதான் பெற்ற சுதந்திரத்தைப் பேண முடியாமல் பரிதவிக்கிறது. ஆகவேதான் காங்கிரசில் இல்லாத ஒரு தேஷ்முக்கையும், காங்கிரசை எதிர்த்து நின்ற ஒரு ஆர். கே. சண்முகத்தையும், ஜான் மத்தாயையும். நிதிமந்திரிகளாக நிறுத்துகிறது. அத்தகைய விவேகிகள் அற்ற வீணர் கூட்டமாக. சரிந்த கோட்டை யாக நம் இயக்கமும் ஆகலாமா? கூடாது தோழர்களே ! கூடாது!

திராவிடம் மீண்டால்-இவர் பல கூட்டங்களில் பேசி யிருக்கிறாரா அவரையே சீனாவின் தூதுவராக அனுப்பி விடலாம் என்று முடிவுகட்ட முடியுமா? முடியவே முடியாது; ஒரு நாட்டின் தூதுவராக வேண்டுமென்றால், அதற்குரிய தனித் தகுதியும். திறமையும் வேண்டாமா? ஆகவே, அதற்கொரு படை தேவை ! அதுதான் விவேகிகள் படை ! அந்தப் படையாக நீங்கள் வாருங்கள் படையுடன் சேர்ந்து வளருங்கள் !

மாணவர்களைப் பொறுத்தவரை அரசியல் ஒரு பழுக்காத கனி! பருவமடையாத மங்கை!

பழுக்காத கனி பார்க்க நன்றாக இருக்கலாம்; ஆனால் புசித்தால் ஒன்று புளிக்கும் அல்லது கசக்கும் ! பக்குவப் பட்ட பின் - நன்கு பழுத்தபின் புசிப்பதே முறை-பலன் பெரும் பாதை.

அதே போலத்தான் பருவமடையாத மங்கையும்! பார்க்கச் சுவைக்கும் புது வண்ணத்துடன் வளர்ந்திருக்க லாம்! அவள்: இன்னும் அத்தை மகளாகக்கூட இருக்கலாம்! ஆனால், அத்தை மகள் என்ற உரிமையுடன் சுற்றிச் சுற்றி வரலாம்! வட்டமிட்டுப் பேசலாம்! ஆனால் தொட்டு விடக் கூடாது!

மாணவர்கள் இந்த உண்மையை உணரவேண்டும். திராவிட முன்னேற்றக் கழகம் உங்களிடம் கேடயங்களை எதிர்பார்க்கவில்லை! கத்திகளுக்காகவும் காத்துக்கொண் டிருக்கவில்லை! துப்பாக்கிகளையும் தூக்கித் தரவேண்டாம். ஆனால் உங்களிடம் எதிர்பார்ப்பது வருங்கால விவேகத் தையும், நாட்டைக் காக்கும் நல்லறிவாளர்களாக வளரும் பண்பையும் மட்டுமேதான்.

ஆகவேதான் மாணவத் தோழர்களே ! அரசியலை கவனிப்பதோடு மட்டும் நிறுத்திக் கொள்ளுங்கள்-கவனிக் காமலும் இருந்துவிடாதீர்கள்-என்று திராவிட முன்னேற்றக் கழகம் உங்களைக் கோருகிறது!

இப்படித்தான் திராவிட முன்னேற்றக் கழகம் பெரி யோர்களிடமும். தாய்மார்களிடமும், தொழிலாளத் தோழர்களிடமும், மாணவ நண்பர்களிடமும் தனது லட்சியக் கருத்துக்களை எடுத்து வீசுகிறது!

மாதவரம் சென்னையின் விளிம்பிலே உள்ள சிற்றூர் தான்! எனினும் இங்கு இத்தகைய ஒரு மிகப் பெரிய கூட்டத்தையும். உங்களது புன்னகைத் தவழும் முகத் தையும், அதிலே நெளியும் புதுமைப் பொலிவையும் காண நான் மகிழ்கிறேன்.

நாம் இங்கு கூடியிருக்கும் நேரம், ஏகாதிபத்ய வெறி பிடித்த காங்கிரஸ் ஆட்சியை எதிர்த்து மும்முனைப் போராட்டங்களை நடத்தி வெற்றி வாகை சூடிநிற்கும். நேரம். எதிர்கால திராவிடத்தின் உதயத்தைக் காண உரிமை முழக்கத்தை உயர்த்தி எழுப்பும் நேரம்!

திராவிட முன்னேற்றக் கழகம் நடத்திய மும்முனைப் போராட்டங்களைப் பற்றி உங்களில் ஒருவருக்கும் தெரியா மல் இருக்காது. அரசியல் துறையிலே, சமுதாயத் துறையிலே - பொருளாதாரத் துறையிலே நாம் நடத்தியப் போராட்டங்களும் பெற்ற வெற்றியும்தான் இன்று நேருவைத் தென்னகத்துக்கு அடிக்கடி இழுத்துவந்து நிறுத்துகிறது.

அரசியல் துறையிலே நாம் நடத்திய போராட்டம் தான் நேருவை எதிர்த்து-அவரது நான்சென்ஸை எதிர்த்து நடத்திய உரிமைப் போராட்டம்-மானம் காக்கத் துணிந்த மகத்தான போராட்டம்.

சீரும், சிறப்பும், செங்கரும்பின் சுவையும் பெற்ற செந் தமிழுக்கு மத்தியிலே இந்தியைத் திணிக்க ஈடுபட்டது டில்லி ஏகாதிபத்தியம் முன்பு. அந்த வெறியை ஒழிக்க- தமிழின் தகுதியை நிலை நிறுத்த, திராவிட முன்னேற்றக் கழகம் மட்டுமல்ல; திராவிடக் கழகமும் இந்தி ஒழிப்புப் போராட்டம் ஒன்று நடத்தியது. புகை வண்டி நிலையங்களில் புன்னகையோடு தோன்றிக் கொண்டிருந்த ஒண்ட வந்த இந்தி எழுத்துக்கள் புதைந்து போயின -அழிக்கப்பட்டன.

அப்போது நேரு தென்னகம் வந்தார். திரண்டிருந்த எதிர்ப்புச் சக்தியைக் கண்டார்; சிந்தை தடுமாறினார். சீறிப் பாய்ந்தார்; "நான்சென்ஸ்" என்று நாப்பகன்றார்.

அந்தத் தீச்சொல் கேட்டு பொங்கி எழுந்த தமிழகத்தை அண்ணா தன் அன்பு மொழிகளால் அடக்கினார். “மறப்போம்-மன்னிப்போம்" என்று நேருவை மனிதனாக்கிக் காட்டினார். அந்தச் சம்பவம் மக்களின் மனத் திரையிலிருந்து மறையும் நேரம். திருத்தணியிலே மண் உரிமையை இழக்க மனமில்லா வீரர்கள் போர்க்கோலம் கொண்டனர். வடஆற்காடு மாவட்ட திராவிட முன்னேற்றக் கழகச் செயலாளர் ஏ. எல். சி. கிருஷ்ணசாமி தலைமையில் இருநூறு காளையர் போர்ப் பரணி பாடினார்கள். "திருத்தணி தமிழர் பகுதியே" என்று உரிமை முழக்கம் செய்தனர்.

அதை கேட்ட நேரு - அலகாபாத் பண்டிதர்-ஆசிய ஜோதி- சீறிப் பாய்ந்தார். 'நான்சென்ஸ்' என்றார், 'சிறு பிள்ளைத்தனம்' என்றார். முட்டாள்தனம்' என்றார் !

கேட்டுக் கொண்டுதான் இருக்க வேண்டுமா? இந்தக் கேள்வி பிறந்தது மானமிழக்கா மாவீரர் வழிவந்த நம்மிடையே! அதன் விளைவாகத்தான்-அதைக் கண்டிக்கு முகத்தான்-பட்டப்பகலிலே-பாராள்வோருக்குப் "பகிரங்கமாக அறிவித்துவிட்டு-" நேருவின் ஆணவப் பேச்சுக்கு எங்கள் அதிருப்தி காணீர் என்று ஓடும் ரயில்களை நிறுத்துவது என்று சிதம்பரம் மகாநாட்டிலே அண்ணா அவர்கள் அறிவித்தார்கள்.

உடனே தமிழகத்தில் மீண்டுமோர் புத்துணர்ச்சி தோன்றியது! புது எழுச்சி புறப்பட்டது ! ஒரே நாளில் 5000 வீரர்கள் சிறை புகுந்த புதுமைச் சம்பவமும் நடை பெற்றது.

இந்தியாவின் சரித்திரத்தில் எந்தக் கட்சியும் ஒரே நாளில் 5000 பேரை சிறைக்கனுப்பியது கிடையாது. ஆனால் திராவிட முன்னேற்றக் கழகம் எழுதிக் காட்டியது அத்தகையதொரு புதுமைக் கதையை.

அன்று போராட்டத்திலே கலந்து கொண்டவர்கள் 5000 பேர்கள் மட்டுமல்ல; படையிலே ஒரு பகுதியைத் தான் பஜகோவிந்தப் பூமான்களின் தலைவர் ஆச்சாரியாரும் அவரது போலீஸ் புலிகளும் சிறை பிடித்தார்கள். நேருவுக்குக் காட்டவேண்டும் என்பதற்காக அவருக்குத் தோன்றிய எதிர்ப்பை 'அழித்துவிட்டேன்' என்பதைக் காட்டிக்கொள்வதற்காக. போராட்டத்திலே கலந்து கொண்ட அனைவரையும் கைது செய்வது கடினமானக் காரியமில்லை; ஆனால், சிறையிலே இடமில்லை !

திருச்சி மத்திய சிறையிலே நாங்கள் அடைக்கப்பட்ட நேரத்தில். முன்பே தண்டனை ஏற்றிருந்த அநேகர் தண்டனைக் காலம் முடிவதற்கு முன்பே விடுதலை செய்யப்பட் டனர். நாங்கள் சிறை புகுந்த நேரத்தில். அந்தக் கைதிகள் எங்களைக் கையெடுத்துக் கும்பிட்டு "நல்லாயிருப்பீர்கள். வந்து சேர்ந்தீர்கள் எங்களை வெளியே அனுப்ப" என்று வாழ்த்தினார்கள்.

போராட்டத்திலே கலந்துகொண்ட அத்தனை பேரையும் ஆச்சாரியார் பிடித்திருப்பாரேயானால். அடைக்க இடமின்றி, சட்டசபைக் கட்டிடத்தைக் காலி செய்து. 'ஆக்டிங்' சிறைச்சாலையாக அதை மாற்றியிருக்க வேண்டும். முப்பதாயிரம், நாற்பதாயிரம் என்ற எண்ணிக்கையிலே போராடியவர்களில் ஐயாயிரம் வரை மட்டும் பொறுக்கிக் கொண்டது ஆச்சாரியார் ஆட்சிபீடம். இரண்டு மாதம், மூன்று மாதம் என்ற அளவிலே சிறைத் தண்டனையும் தந்தார். இரண்டு பயங்கரப் பழிவாங்கும் வழக்குகளையும் ஜோடித்தார். தூத்துக்குடி சதி வழக்கு-கல்லக்குடி கலவர வழக்கு இவைகளை முன்னிருந்து நமது கழகக் காளையர் பலர்-முன்னணி வீரர்கள் சிலர் முகம் காட்டாது மறைக்கப்பட்டிருக்கின்றனர் இரும்பு கம்பிகளுக்கிடையே.

தூத்துக்குடியிலே சதி புரிந்ததாக நமது தோழர்கள் பலர் திருநெல்வேலிக்கு அருகிலே உள்ள விளாத்திக்குளம் சிறைச்சாலையிலே அடைக்கப்பட்டுக் கிடக்கிறார்கள். வதைப்பட்டு வாடுகிறார்கள்.

நாம் இங்கே களிக்கிறோம் - கரகோஷம் செய்கிறோம்- பேசுகிறோம்.

ஆனால் அதே நேரத்தில் நம்முடன் தோளோடு தோள் நின்று பணியாற்றிய அத் தோழர்களின் நிலை என்ன? கஞ்சிக் கலையம் கையிலேந்தி காராக்கிரகத்திலே அடைக்கப் பட்டிருக்கின்றனர். பத்து மாதங்களாக வழக்கும் முடிவடையாத நிலையில் பரிதாபகரமான நிலையில் பழிவாங்கப் பட்டுக் கொண்டிருக்கிறார்கள் ; அடைபட்டுக் கிடக்கிறார்கள்.

பத்து மாதங்களாக தங்கள் மாணிக்கச் செல்வங்களின் மழலைச் சொற்களைக் கேட்க முடியவில்லை ; பெற்ற தாய் தந்தையரைப் பார்க்க முடியவில்லை : மனைவிமார்களையும் காண முடியவில்லை.

இம்மாதிரியே கல்லக்குடிப் போராட்டத்திலே ஈடுபட்ட காரணத்திற்காக நண்பர்கள் கண்ணதாசன், தருமு போன்றவர்கள் ஒன்றரை ஆண்டு தண்டனை தரப்பட்டிருக்கிறார்கள். வழக்கு அப்பீல் காரணமாக இன்று வெளியே வந்திருக்கிறார்கள்.

இம்மாதிரி அடக்குமுறைகளிலே ஆதிக்க வெறியின் கோரப் பற்களிடையே சிக்கி திராவிட முன்னேற்றக் கழகம் ஏற்றுவரும் அல்லல்கள் ஏராளம்! ஏராளம்! அமோகம்! அமோகம்! எந்தக் கட்சியும் தாங்கமுடியாத சோதனைகளை நமதியக்கம் தாங்கி வருகிறது.

நமக்கு இத்தனை பெரிய சோதனைகள் ஏன்? தண்டனைகள் ஏன்? அடக்குமுறைக் கட்டுகள் ஏன் ? நேரு "நான் சென்ஸ் என்றும் "சிறுபிள்ளைத் தனம் " என்றும் நாவடக்க மின்றிப் பேசியதை எதிர்த்தது தவறா? அவருக்கு நற்பாடம் கற்பிக்க நாம் தொடுத்த போர்முறை தவறா ? செய்யக்கூடாதா?

'தவறு' என்று சொல்பவர்கள் - 'செய்யக் கூடாது என்று செப்புபவர்கள் சற்று சிந்திக்கவேண்டும். நேருவைப் போன்ற பெரிய மனிதர் இப்படியெல்லாம் பேசலாமா? ஆசிய ஜோதி என்ற பட்டத்தை ஏற்றவர்-மனிதருள் மாணிக்கம் என்ற மதிப்பைப் பெற்றவர்- கொரியாவுக்குப் படை அனுப்பிய சமாதானச் சிகரம் இப்படிப் பேசலாமா? பொங்கி எழுந்த பெரியதொரு சமுதாயத்தை நோக்கி ஏசலாமா? அவரது தகுதிக்கு ஏற்ற வார்த்தைகளா அவைகள்? அப்படியானால் அவருக்கும் மேடையைச் சாக்கடையென மதித்துக் கத்தும் பண்டாரத்திற்கும் என்ன வித்தியாசம்?

'முட்டாள்கள்' என்று ஒரு முட்டாள் ஏசலாம்! 'சிறு பிள்ளைத்தனம்' என்று சிறுமதிக்காரன் சீரலாம்! 'பைத்தியக் காரர்கள் என்று ஒரு பைத்தியக்காரன் ஏசலாம்! ஆனால், நேரு சொல்லலாமா?'

"பைத்தியக்காரர்கள் " என்று நேரு சொல்வதை வாதத்திற்கு ஒப்புக்கொண்டாலும், நாளை அவர் சட்டத்தின் முன் நிற்க முடியாதே!

பைத்தியக்காரர்கள் நாம் என்றால், எட்டிநின்று கல்லைத் தூக்கிப் போடலாம்; கிட்ட நெருங்கி சட்டைகளைக் கிழித்தெறியலாம்; அதே சமயம் சட்டத்தினின்றும் தப்பி விடமுடியும். நேருவின் வாக்குமூலமே 'பைத்தியக்காரர்கள் என்றல்லவா கூறுகிறது? பைத்தியத்தைச் சட்டம் அண்ட முடியாதே! திருச்சியில் கட்டிய கணவனை-போலீஸ் அதிகாரியை கைத்துப்பாக்கியால் சுட்டுவீழ்த்திய பெண் ஒருவள் 'பைத்தியம் கொண்டவளா' என்ற சந்தேகத்தில் சட்டம் அவளைப் பிடிக்க முடியுமா? என்ற பிரச்னை உருவாகி இருப்பது நீங்கள் உணராததல்ல!

ஆகவே, நேருவின் வாய்மொழியைப் பயன்படுத்திக் கொண்டு நாமும் பைத்தியக்காரர்களாக சுயநினைவு இழந்தவர்களாக எதுவும் செய்ய முடியும் அண்ணா கண் ஜாடை காட்டுவாரானால்! ஆனால் நமது கண்ணியமும். கடமையுணர்ச்சியும், கட்டுப்பாடும் அம்மாதிரியான ஆபாச எதிர் வேலைகள் நடைபெறாமல் தடுத்து வருகின்றன, ஆகவேதான் நாட்டு மக்கள் அத்தகு நேர்மையைக் கடை பிடித்து வரும் காரணத்தால்தான்-பொறுமை இழக்காத காரணத்தால்தான்-அவர்கள் வந்து தவறுகள் பேசியும் தப்பிப் போகிறார்கள்.

வடக்கே யிருந்து வந்து, வகையற்ற முறையிலே பேசிப் போவோரின் பட்டியல் இன்று நீண்டு கொண்டே வருகிறது.

இப்படித்தான் பிரகாசா என்றொருவர் வந்தார். பிரகாசா என்றழைப்பதை விட ஜனநாயகத்தின் தந்தை- இல்லை, இல்லை. ஜனநாயகத்தின் பாட்டன் என்றழைக்கலாம்! அவர் வந்தார். திராவிடத்திலே தேர்தலிலே ஈடுபட்டு முடிவைக் கண்டபின் தங்களுக்கென ஒரு நல்ல திசையை எதிர்நோக்கிக் கொண்டிருந்த நேரத்திலே வந்தார். ஜனநாயகத்தைக்

காப்பாற்ற. ஆனால் அவர் செய்ததோ, காங்கிரஸ் கட்சியின் பலத்தைக் குறைத்து ஒற்றுமையுடன் கூடி நின்ற ஐக்கிய முன்னணியை மந்திரி சபை அமைக்க அழைத்தாரில்லை,

கொல்லை வழியாக நுழைந்தோடி வந்தவரை கொலுமண்டபத்தில் அமர்த்திக் கும்மாளம் போட்டார் அந்த பெரிய மனிதர் !

அவர் வடக்கத்திப் பண்பிலே நேருவையும் மிஞ்சி விட்டார்! அவரது நேர்மைக்குப் புறம்பான செயல் ஒன்றைக் குறிப்பிடுகிறேன், கேளுங்கள்.

தஞ்சை மாவட்டத்திலே சுற்றுப் பயணம் சென்றார் ஒருமுறை அவர். தஞ்சை நகருக்கு அவர் சென்றபோது வரிசை வரிசையாக எதிர் நின்று, அவரை வாழ்த்துப்பாடி வரவேற்ற கருப்புக் கொடிகளை-திராவிடர்களின் அதிருப்தியின் எதிரொலிப்பைக் கண்டார் ! கண்டதும் கலங்கினார். தனக்கென உருவாகியிருந்த அந்தப் பயங்கர எதிர்ப்பையும் ஒப்புக்கொண்டார். அதை வெளிப்படையாகவும் சொல்லத் தயங்கினாரில்லை! இல்லாவிடில் தஞ்சை தந்த அந்தக் கொடி வரவேற்பு பற்றி, "இச்சம்பவம் எனக்கு ரஷ்யப் புரட்சியை ஞாபகப்படுத்துகிறது" என்று அவர் சொல்வானேன்?

முதல்நாள் இந்தத் தஞ்சைச் சம்பவம். மறுநாள் அவர் திருவாரூர் சென்றாராம். அன்று ஓயாத மழை. வழியெல்லாம் மழைநீர் தேங்கி நின்று கொண்டிருந்திருக்கிறது. அந் நிலையில் பிரகாசா பவனி வந்துகொண்டிருந்தார். வழியிலே கருப்புக்கொடி வரவேற்பும் நிகழ்ந்தது. பிரகாசாவின் கார் நடுவிலே செல்ல இரு மருங்கிலும் அடைத்து நின்ற நம்மவர்கள் சிறு சிறு குச்சிகளிலே கருப்புத்துணி சொருகி ஆட்டிய வண்ணம் "பிரகாசா திரும்பிப்போ !" என்று கோஷமிட்டுக் கொண்டிருந்தார்கள்.

அந்த நேரத்தில், ஆடிக்கொண்டிருந்த ஒரு குச்சியிலிருந்து நழுவிவிட்டது கருப்புத் துணி ஒன்று. அதுவும் கீழே

விழவில்லை, பறந்து சென்று பிரகாசாவின் மேலேயே விழுந்துவிட்டது.

அவ்வளவுதான்! பிரகாசாவுக்கு கோபம் எல்லைமீறி புறப்பட்டு விட்டது, உடனே காரை நிறுத்தச் சொன்னார். காரிலிருந்து கீழே பாய்ந்தாரம்-கொடி காட்டிக் கொண் டிருந்தவர் ஒருவரின் கையிலிருந்த கம்பைப் பிடுங்கினார்! சாலையோரத்தில் நின்று கொண்டிருந்தவர்களை - அங்கே போனவர் வந்தவர்களை அக்கம்பு கொண்டு தாக்க ஆரம்பித்து விட்டாராம்!

யார்?

தொடை தட்டி, மீசை முறுக்கி கோதாவில் இறங்கி விடும் சோதாப் பேர்வழியல்ல!

ஆனால் ......?

அகிம்சா மூர்த்தியின் வார்சிலே வந்த வடக்கத்தி சீமான் - மனித மாணிக்கம் அனுப்பி வைத்த மகானுபாவர்- கலகலத்த காங்கிரஸ் கோட்டைக்குத் தூணாக வந்த கவர்னர் பெருமான் - மேன்மை தங்கிய பிரகாசா!

அவர்தான் இந்த 'வஸ்தாது' வேலையைச் செய்தாராம்.

செய்யலாமா அவர்? மீண்டும் கேட்கிறேன் செய்யலாமா அவர் இந்த சீர்கெட்ட செயலை? இன்னும் கேளுங்கள், கையிலே கம்பேந்திய பிரகாசா நின்று கொண்டிருந்தோரை ஓட ஓட, துரத்தித் துரத்தி அடித்திருக்கிறாராம்.

சேரும் சகதியும் நிறைந்த பாதை - எங்கும் செந்நீர் நிறைந்த சிறு சிறுத் தேக்கங்கள் - அதிலே ஓடிப் பழக்க மில்லா பிரகாசா ஓடுகிறார் என்றால் என்ன நடக்கும் ? அதுவே நடந்தது. சேற்றிலே வழுக்கிய பிரகாசா கீழே விழுந்தார். வாரி அடித்த செந்நீர் அவர் உடையனைத் திலும் சிவப்புக் கரையை பூசியது. உடனே அங்கு நின்று கொண்டு அவரது அகோரத்

தாண்டவத்தை ரசித்துக் கொண்டிருந்த கலெக்டர் முதலிய பெரிய மனிதர்கள் பாய்ந்தோடி பிரகாசாவைக் கட்டிப்பிடித்து, தூக்கி நிறுத்தினார்களாம் மாரியம்மன் கோவிலில் சாமிவந்து கூத்தாடும். பூசாரியைப் பிடித்து நிறுத்துவதைப்போல, பின் சமாதானமும் செய்தார்களாம்.

இந்தச் சம்பவம் நடந்த மறுநாள் பிரகாசா நாகை சென்றிருக்கிறார். அங்கே உண்மையை உணர்ந்து, மறைக்க முடியாமல் சொல்லியிருக்கிறார். "வடநாட்டு ஏகாதிபத் தியத்தை உருவாக்கியுள்ள இயக்கம் ஒரு சிலரையே கொண்டது என்று நான் எண்ணிக் கொண்டிருந்தேன். இப்பொழுதுதான் தெரிகிறது. அதில் பலர் நிறைந்திருக் கின்றனர்" என்று.

தஞ்சையிலே 'ரஷ்யப் புரட்சி' என்கிறார் - திருவாரூரிலே அடிக்கத் துணிந்தார்-நாகையிலே புத்திவந்து பேசி யிருக்கிறார். காரணம் என்ன? அந்த அளவுக்கு திராவிடர் இயக்கம் இங்கு வளர்ந்து கொண்டு வருகிறது.

அரசியல் துறையிலே நேருவையும் - அவரது 'நான் சென்ஸை'யும் எதிர்த்து போராட்டம் நடத்தினோம். அதே சமயத்தில் ஆச்சாரியாரின் குலதர்ம கல்வித் திட்டத்தை எதிர்த்து சமுதாயத் துறையிலும், டால்மியாபுரத்தைக் கல்லக்குடியாக மாற்றப் பொருளாதாரத் துறையிலும் போராட்டங்கள் நடத்தினோம். போராட்டங்களைக் கண்டு பயந்தெழுந்த ஆச்சாரியாரின் அடக்குமுறை வெறியாட் உங்களிடையே ஆறு பேரைப் பலி கொடுத்தோம். திரா விடத் தாயின் விடுதலைக்காக காணிக்கை செலுத்தினோம்.

ஆறு பேரை மட்டுமல்ல - அந்த நற்பணியில் ஈடுபட்ட நாள் முதல் எத்தனையோ பேரைப் பலி கொடுத்திருக் கிறோம்.

கொள்கைப் பிடிப்பின் காரணமாக கெடுமதியாளர்களின் கொடுமையிலே சிக்கி மரத்திலே பிணமாகத் தொங்கினார் உடையார்பாளையம் வேலாயுதம். நினைத்தால் நெஞ்சு குலுங்குகிறது. மனைவியார் மண்ணிலே புரண்டு அழ-

பச்சிளங் குழந்தைகள் தொங்கும் பிணத்தைச் சுற்றிச் சுற்றிவர - உற்றார் உறவினர் ஓலமிட்டுக் கதற - மரத்திலே தொங்கினார் அந்தக் கொள்கைக் கோமான். தற்கொலையால் அல்ல - தருகர்களின் கொலையால்!

அடுத்தபடியாக தாலமுத்து நடராசனைப் பறித்துச் சென்றனர் பாராள்வோர். "செந்தமிழின் மத்தியிலே சிந்து" பாடப் புகுந்த இந்தியை எதிர்த்து - மொழிக்காகப் போராடியக் காரணத்திற்காக சிறையிலே தள்ளப்பட்டனர் அவ் விருவரும். ஆனால் ஐயகோ! - நாம் மீண்டும் அவர்களைக் கண்டது, பிணங்களாக - வெறி கொண்ட ஆதிக்கத்திற்குப் பெரும் பலியாக.

அடுத்தபடியாக மாவீரன் மஜீத்! கடலூர் பகுதியிலே தேர்தலில் உழைப்பாளிக் கட்சிக்கு உழைத்த காரணத் தினால். கட்டாறி தாங்கினான் மார்பிலே ! செங்குருதி சிந்தி சவமானான் !

மறைக்கப்பட்ட மாவீரர்கள் பட்டியலில் அடுத்த படியாக நிற்பவன் வடசென்னைப் பாண்டியன். கடைத் தெரு சென்று களிப்போடு வீட்டுக்குள் நுழைந்த அந்த கடமை வீரனின் கண்களிலே மிளகாய்ப் பொடி தூவி குத்திக் கொன்றார்கள்.

அதோடு மட்டுமல்ல, குடும்பத்தின் ஒரே வாலிபன் பெற்றதாய் பெரிதுவக்க குடும்பத்தை நடத்தியவன் லால்குடி நடராசனைப் பிரிந்தோம் கல்லக்குடியிலே !

மண நாள் குறித்து வைத்தாள் தாய் ஆனால் பிணமாகத் திரும்பினான் திருமகன்- கேசவன் என்னும் வாலிபன்! இன்னும் தூத்துக்குடியிலே நால்வரைத் துடிக்கத் துடிக்கப் பறி கொடுத்தோம் !

உயிர்களை மட்டுமல்ல நண்பர்களே. அங்கங்களையும் அறுத்துக் கொடுத்தோம். அடக்கு முறையின் அகோரப் பசிக்கு! கால்களைத் தந்தோம்; கைகளை வெட்டிக் கொடுத்தோம். இன்னுமொரு பரிதாபம் தோழர்களே. செபஸ்டியன் என்னும் வாலிபன்-தனது ஆண் குறியை

இழந்தான் - வாழ்விலே அவன் அனுபவிக்க வேண்டிய பேரின்ப சுகத்தை அழித்து - அந்த பத்தொன்பது வயது பாலகனின் வாழ்வைப் பாலைவனமாக்கி விட்டது இந்த பண்பிலா ஆட்சிபீடம்.

வாடுகிறான் வாலிபன் ! மறைந்த மாவீரர்களின் குடும் பத்தினர் வசை பாடுகிறார்கள் ! ஆனால்... இத்தகைய கோர விளையாட்டுகளை விளையாடி விட்டுத்தான்--வெறிச் செயல் களைச் செய்த பின்னும்தான் சிரிப்பு நடை போடுகிறார்கள் சீர்கெட்ட ஆட்சி பீடத்தினர்.

இத்தகைய கோரச் சம்பவங்களுக்கும் காரணமாக இருந்த அவர்கள்தான் நமது போராட்டங்களைக் குறித்து கேலி மொழிகளையும் உதிர்க்கிறார்கள். ஆனால்...இன்னும் ஒரு குரல் - காங்கிரசின் குரல் அல்ல-அதன் குரலைவிட அழுத்தமானத் தொனியிலே கண்ணியமற்ற கேலிக்குரல் ஒன்று எழும்புகிறது. அதுவும் நமக்கு அருகிலிருக்கே எழும்புகிறது.

கல்லக்குடிப் போராட்டம் முக்கியம்தானா? சாதாரணமாக ஒரு ஊரின் பெயரை மாற்ற ஒரு போராட்டம் நடத்த வேண்டுவது அவசியம்தானா ?-இப்படிக் கேட்கிறார்கள் நம்மோடு நடமாடி வரும் கம்யூனிஸ்ட் தோழர்கள். நாங்களும் அதைத்தான் கெட்கிறோம். ஒரு ஊரின் பெயரை மாற்ற ஒரு போராட்டமா? " மக்களின் குரல்" மாற்று என்று சொன்னால் மாற்றிவிட வேண்டியது தானே நாடாள்வோர் கடமை. கடமைமறந்தது காங்கிரஸ் ஆட்சி! ஆகவேதான் போராட்டம் உருவானது, தேவையானது தானா? என்று கோட்பானேன்? அதை நேரு உணர வேண்டும்? லால்பகதூர் சாஸ்திரி உணரவேண்டும்.

பெங்களூருக்கருகிலே அழிக்கல் என்றிருந்த இடத்தை வாழைப்பட்டினம் என்று இரண்டே மாதங்களில் மாற்றி விடவில்லையா ? தஞ்சை மாவட்டத்திலே திருநாட்டியத் தான்குடி என்ற இடத்தை ஒரே ஒரே ஒரு சர்மா முயன்ற

காரணத்தினால் மாவூர் ரோட் என்று மாற்றிவிடவில்லையா? ஆனால் பலர் ஒன்று சேர்ந்து பலமுறைச் சொல்லியிருந் தும்- பஞ்சாயத்து போர்டுகளும், நகரசபைகளும் தீர்மானங் கள் நிறைவேற்றியும் டால்மியாபுரம் பெயர் மாற்றப் போராட்டம் அல்ல; வடநாட்டு ஆதிக்கம் இங்கு இருக்கக் கூடாது என்று முழங்கும் போராட்டம்.

அதை உணராமல் 'கித்தாப்பு ' மொழியிலே கிண்டல் பேசுகிறார்கள்.

"திராவிட நாடு பிரிந்தால் ஏழைகளின் வாழ்வு மலருமா?" என்ற புதியபாணத்தைத் தொடுக்கத் தொடங்கியிருக்கின்றனர் கம்யூனிஸ்ட் தோழர்கள். ஆனால் அவர்கள் உணரவேண்டும். திராவிடம் என்ற வார்த்தை யிலேதான் ஏழையின் வாழ்வு இருக்கிறது. அவன் வாழ்வு மலர திட்டம் இருக்கிறது. இதை உணரவேண்டும் ஐக்கிய தமிழகம் கோரும் மாஸ்கோ பக்தர்கள்.

நீங்கள் சிந்திக்க வேண்டும் தோழர்களே, ஏழைகளின் துயரைத் தீர்ப்பதே வாழ்வில் லட்சியம் என்று சொல்லிக் கொள்ளும் கம்யூனிஸ்ட் நண்பர்களுக்கும் நமக்கும் அடிப்படை வேற்றுமை ஒன்றே ஒன்றுதான். அவர்கள் பசி நீங்க வழி கேட்கிறார்கள், நாம் பசியை நீக்குவதுடன் மானத்தையும் காக்க வழி தேடுகிறோம். ஆகவேதான் பசியையும் மானத்தையும் இணைத்தே நாம் பேசுகிறோம். அவர்கள் பசியை மட்டும் பேசுகிறார்கள்.

நடுத்தெருவிலே இரண்டு நண்பர்கள் நடந்து செல்லு கின்றனர். அவர்களிலே ஒருவன் கம்யூனிஸ்ட் மற்றொருவன் திராவிட முன்னேற்றக் கழகத்தான். நடந்து செல்லும் அவர்களது செவிகளிலே திடீரென்று, "ஐயா, ஐயா! பசி பசி !" எனற அலரல் கேட்கிறது. இருவருமே பார்க்கத்தான் செய்கிறார்கள். சாலை ஓரத்து சாக்கடை ஒன்றில் ஒரு மனிதன் கிடக்கிறான். கால்களும் கைகளும் கட்டப் பட்ட நிலையில் "ஐயா! ஐயா! இரண்டு நாளாக இந்த நிலையில்

கிடக்கிறேனய்யா ! பசி பழிவாங்கி வருதய்யா!" என்று அலறுகிறான்.

அதைக் கேட்ட நண்பர்களில் ஒருவன் "ஐயோ ! இரண்டு நாட்களாக பட்டினியா ? இதோ வருகிறேன், இரு" என்று சொல்லி கடைத் தெரு நோக்கி ஓடி அவனுக்கு ஏதாவது உணவு வாங்கி வந்து ஊட்டுவான். அந்த கட்டப்பட்டவன் சாக்கடையிலே கிடக்கும் நிலையில் இந்தச் செயலைச் செய்பவன்தான் கம்யூனிஸ்ட் நண்பன்.

ஆனால் மற்றொருவன். முதலில் கட்டுண்டு கிடக்கும் அந்த பசிக்காரனை, சாக்கடையிலிருந்து தூக்குவான்-கட்டுகளைக் களைந்தெறிவான்-குளிப்பாட்டுவான்-வேறு உடை உடுத்துவான்-பிறகுதான் பக்கத்திலிருக்கும் ஹோட்டலுக்கு அழைத்துச் சொல்வான், இந்தச் செயலைச் செய்யக் கூடியவன்தான் திராவிட முன்னேற்றக் கழகத்தான்.

நாட்டிலே பசியும் படடினியும் தொலையவேண்டும் என்று முழக்கமிடுகிறது கம்யூனிசம். ஆனால் அடிமைத் தளைகளால் - சாஸ்திர சம்பிர தாயங்களால் - பழங்கால பாழ் எண்ணங்களால் கொள்கைகளால் கட்டப்பட்டு, வட நாட்டு ஆதிக்கம் - வஞ்சக ஆரியம் என்பன போன்றவை ஒன்றாகக் கலக்கும் சாக்கடையிலே தள்ளப்பட்டுக் கிடக்கும் திராவிடத்தை மீட்டு, அந்தக் கட்டுகளைத் தகர்த்தெறிந்து- பின் பட்டினியையும், பசியையும் பறந்தோடச் செய்யும் மார்க்கத்தைத் தேடுகிறது திராவிட முன்னேற்றக்கழகம். இதிலென்ன தவறு இருக்க முடியும்?

மார்க்ஸ் என்ன சொன்னான்? லெனின் என்ன சொன்னான்? ரஷ்யா எப்படிக் கருதுகிறது? என்ற கண்ணுடனேயே எதையும் கவனிப்பது கூடாது. ஆனால் அவைகளை ஏற்றுக் கொள்ளக்கூடாது என்பதல்ல வாதம். "லெனின் என்ன சொன்னான்?" இதைத்தான் ரஷ்யாவும் எண்ணுகிறது; செஞ்சீனாவும் கருதுகிறது. ஆனால் மாலங்கோவும், மாசேதுங்கும் எல்லாவிதங்களிலும் ஒற்றுமையாகத் தான்

இருக்கிறார்களா? அவர்களிடையே- அவர்களின் ஆட்சி முறைகளிடையே வேறுபாடு இல்லை என்று யாரால் சொல்ல முடியும்? வேறுபாடு இல்லை என்று யார் எதிர்த்து வாதிட முடியும்?

நிலம் பெருக்கவேண்டும்- தானியக் கதிர்கள் தழைத்து வளரவேண்டும் என்றுதான் ஆசைப்படுகிறது கம்யூனிஸ்ட் கட்சி. ஆனால், நிலத்திலே நிறைந்திருக்கின்றனவே புல் பூண்டுகள் அவைகளை அழிக்கவேண்டும்- அப்புறப்படுத்த வேண்டும் - ஆமாம், களை எடுக்கவேண்டும்; பிறகுதான் கழனி நோக்க வேண்டும்- என்று நாம் சொல்லுகிறோம்! அதைப் போன்றதுதான் சமுதாய சீர்திருத்தம் என்றும் விளக்குகிறோம். அந்தச் சமுதாயம் சீர்திருத்தப்பட்டா 'லொழிய 'சாக்கடை'யிலிருந்து அப்புறப்படுத்தப்பட்டா லொழிய எதையும் எதிர்பார்க்க முடியாதென்றும் சொல்லு கிறோம். செயலிலும் குதித்துவிட்டோம்.

ஆனால் இந்த நேரத்திலேதான் "ஜனசக்தி" என்ற நமது கம்யூனிஸ்ட் நண்பர்கள் கருத்துகள் அடங்கிய பத்திரிகை கேட்கிறது, நம்மைப் பார்த்து- "சிந்திக்கும் பண்பில்லாமல் வட நாட்டுக்காரன் ஓடிவிட்டால் இன்பம் வந்துவிடுமா?" என்று! இதுதான் கேள்வி தோழர்களே! கேட்கிறது ஜனசக்தி ! கேட்கப்படுகிறவர்கள் நாம்!

"வட நாட்டுக்காரன் ஓடிவிட்டால் இன்பம் வந்து விடுமா?" கேட்கிறது கம்யூனிஸ்ட் கட்சி! எந்த கம்யூனிஸ்ட் கட்சி தெரியுமா தோழர்களே. சியாங்கே ஷேக்கை விரட்டி விட்டு- செஞ்சீனாவிலே செங்கொடி உயர்த்தி புரட்சி மண்ணிலே பூத்த புதுமலர்த் தோட்டமாக-புதுமைப் பூங்காவாக சீனத்தை மாற்றியிருக்கும் கம்யூனிஸ்ட் கட்சிதான் இந்தியாவின் பிரஞ்சுத் திட்டுக்களிலிருந்து - புதுவையிலிருந்து, காரையிலிருந்து பிரஞ்சுக் காரரர்கள் ஓடிவிட்டால் "புதுமை மலரும்-புதுவாழ்வு தோன்றும்" என்று கூறி, புது பலத்தோடு போராடத் துணிந்திருக்கும் கம்யூனிஸ்ட் கட்சிதான் கேட்கிறது. "வடவன் ஓடினால் இன்பம் வருமா?" என்று.

நான் சொல்லுகிறேன். பதில்கூட அல்ல-பக்கத்து சீனாவை விரலால் சுட்டிக்காட்டுகிறேன் "செஞ்சீனத்தைப் பார்! சிந்தித்துப் பார்'' என்று!

இந்தக் கேள்வியைக் கேட்டிருக்கும் 'ஜனசக்தி'தான் தனது தலையங்கத்தில் ஏப்ரல் 25-ம் தேதி நாடெங்கும் ஆசிய தினம் கொண்டாடுங்கள் என்று வேண்டிக்கொள்ளுகிறது. நாம் கேட்க முடியாதா இப்போது 'ஏப்ரல் 25-ம் தேதி 'ஆசிய தினம்' கொண்டாடினால், 23-ம் தேதி நம்மிடையே நசுங்கிவரும் பாட்டாளி வர்க்கம் பலனடைந்து விடுவார்களா? குடிசைகள் குபேர மாளிகைகளாகி விடுமா?' என்று.

அதே தலையங்கம் தான் இன்னும் சொல்லுகிறது: கொரியாவிலும், இந்தோ சீனாவிலும் போர் நின்றால் 'புது வாழ்வு வந்துவிடும்' என்று. நாம் கேட்க முடியாதா "இந்தோ சீனப் போராட்டத்திற்கும் இங்குள்ள நடை பாதை வாதிகளுக்கும் என்ன சம்பந்தம்? அங்கு போர் நின்றால் இங்குள்ள பட்டினிப் போரும் வறுமைப் போரும் நின்றுவிடுமா?" என்று! கேட்கலாம்-கேட்க முடியும்- ஆனால் கேட்கமாட்டோம், அரசியல் கண்ணியத்தை - நாகரீகத்தை கடைபிடிக்கும் ஒரே காரணத்தால்!

'டால்மியாபுரம் கல்லக்குடியாக மாறினால் பாட்டாளி' மக்களுக்கு என்ன பலன்? என்று கேட்கிறார்கள். தெரியும் எங்களுக்கு அதனால் ஏழைக்கு உடனடிப் பயன் இல்லை என்று! ஆனால் சொன்னோமா நாங்கள் அப்படி எதாவது பாலும் தேனும் பெருக்கெடுத்து ஓடுமென்று இல்லையே! ஆகவேதான் நாங்கள் சொல்லுகிறோம், எமது" லட்சியமுகடான-ஆண்டாண்டு காலை போர் பரணியின் பயனான திராவிடநாடு கிடைத்தால், அது குடியரசு நாடாக-ஜனநாயகப் பூங்காவாக மாறும் என்று

ஆனால் நீயோ "உலகப் பாட்டாளி மக்களே. ஒன்று சேருங்கள்!" என்று கத்துகிறாய், "டெலஸ்கோப்' மூலம் பார்க்கிறாய். முடியுமா? தொண்டை வரளக் கத்துகிறாயே,.

உன் எண்ணம் ஈடேற முடியுமா? என்றாவது ஒரு நாள் உலகப் பாட்டாளி மக்கள் அத்தனை பேரும் ஒன்று சேர முடியுமா? காரியமாற்ற முடியுமா?

எதையும் அகில உலகக் கண்ணோடு நோக்குகிறாய். ஆனால் பலன்தான் கிடைக்காது.

ஆனால் அதே சமயம் உன் கொள்கையைப் பரப்புவதோடு மட்டும் நீ நின்றுவிடுவதில்லையே. ஏன் ? ஏன் மற்ற கட்சிகளின் கொள்கைகளை இலக்கியங்களை இழித்தும் பழித்தும் வருகிறாய்?

திராவிடப் பிரிவினைக் கிளர்ச்சியை இகழ்கிறாயே, அதனுள் அடங்கியிருக்கும் உண்மைகளை நீ ஏன் அறிந்து கொள்ள முயற்சிக்கவிலலை. பூகோள புத்தகத்தை எடுத் துப்பார். ஒரே நாடாகவா உன் கண்களுக்குத் தோன்றுகிறது. எத்தனை எத்தனையோ எல்லைகள் இருக்கின்றன. ஒரே தலைவர்தானா இருக்கிறார்? இல்லையே! எத்தெத்த னையோ எல்லைக் கோடுகள்! எண்ண முடியாத வரம்புகள்! வரப்பு மிகுந்தால் தான் நாடு செழிக்கும்.

ஆகவேதான் சொல்லுகிறோம் பலமுறை சொன்னோம் - இனியும் சொல்வோம் - உன்னுடைய "ஐக்கிய" சுலோகம் ஆதாரமற்றது - அறிவுக்குப் புறம்பானது என்று!

இதை நீ உணர மறுக்கிறாய் - உணரும் பண்பு உன்னிடம் இல்லாத காரணத்தால்!

இந்த இடத்திலே முதல் மாநில மாநாட்டிலே அறிஞர் அண்ணா அவர்கள் குறிப்பிட்டதை நினைவுபடுத்த விரும்புகிறேன். இந்த நாட்டின் உண்மையான கம்யூனிஸ்ட் கட்சி திராவிட முன்னேற்றக் கழகம்தான் ! அது எதிர்ப்பை எள்ளி நகையாடி - ஏச்சுக்களை தூசாக மதித்து தாயகத்தை மீட்கும் பெரும் பணியிலே இறங்கியிருக்கிறது.

நேருப் பண்டிதரின் சமீப காலத்திய பேச்சுக்கள். நமது அப்பணியின் வெற்றி அருகில் நெருங்கிவிட்டது. என்பதைத்தான் எடுத்துக் காட்டுகிறது.

வெற்றி பெறுவோம் - கிளர்ச்சியின் பலனைப் பற்றிக் கவலைப்படாமல் - போரிலே பங்கேற்போம் - முன்னேறுவோம் - வெற்றிப் பாதையிலே வீர நடை போடுவோம். பெருமதிப்பு கொள்வோம்! பூரிப்படைவோம்!

முத்துக் கடல்

அன்புள்ள தலைவர் அவர்களே ! தோழர்களே ! தாய் மார்களே! மாற்றுக் கட்சி நண்பர்களே ! உங்கள் அனைவருக்கும் என் நன்றி கலந்த வணக்கத்தைத் தெரிவித்துக் கொள்கிறேன்.

திராவிடத்திலிருந்து உங்களைக் காண வந்திருக்கும் நாங்கள் நால்வரும் அப்பர். சுந்தரர், மாணிக்கவாசகர். சம்பந்தர் பரம்பரையினரல்ல. ராமன், லட்சுமணன், பரதன், சத்துருக்கனின் பரம்பரையினருமல்ல. தி.மு.க.வின் தூதுவர்களான நாங்கள் பெரியாரின் பூந்தோட்டத்திலே பூத்த மலர்களாகி, அண்ணாவால் கட்டப்பட்ட கொள்கை மாலையிலுள்ள நான்கு மலர்கள். நேற்று முதல் உங்களைக் காண பூரிப்படைகிறேன். பெருமகிழ்ச்சிக் கொள்கிறேன். ஆனால் வேதனையும் பிறக்கிறது நண்பர்களே ! முத்துக் கடலும், முல்லைக் கொல்லையும் நிறைந்த நாட்டிலே யிருந்து வாழமுடியாமல் நீங்கள் எல்லாம் விரட்டப்பட்ட வர்கள் என எண்ணும்போது விழியிலே நீர் வழியாமல் இருக்குமா ?......

தோழர்களே! என்.வி. என். அரங்கண்ணல், கண்ணதாசன் முதலியோர் தி. மு. க. கருத்துக்களைப்பற்றி திராவிடச் செல்வநாடு பிரியவேண்டிய அவசியம்பற்றி, அரசாங்கத்தாரின் அடக்குமுறை - சூழ்ச்சி இவைகளை ஆதார விளக்கத்தோடு எடுத்துரைத்தார்கள். தி.மு.க. இன்றைய தினம் இந்த அளவுக்கு பெருமையும் பெருங் கூட்டத்தை யும் கொண்டிருக்குமா என்ற செய்தியை நானும் என் நண்பர்களும் நம்பவில்லை. எங்களுக்கு முன் வந்துபோன தோழர் நெடுஞ்செழியின் சொல்லக் கேள்விப்பட்டாலும் இந்த அளவுக்கு தி. மு. க. அமோக ஆதரவைப் பெற்றிருக்கும் என்பதை நம்பவில்லை. உள்ளபடியே சொல்கிறேன். நான் தோற்று விட்டேன். செயல் வீரர்கள் அமைத்த கொள்கைக்

கோட்டையிலே இருநூறுக்கு மேற்பட்ட உறுப்பினர்களைக் கொண்டு ப. தி. மு. க. வளர்கிறது என்ற இன்பத்தேன் பாய்கின்ற சொல்லைக் கேட்க தாயகத் திலேயிருந்து வந்துள்ள நாங்கள் பெருமிதமும், களிப்பும் கொள்கிறோம்.

நமது திராவிடத்திற்கு வந்து போகின்ற வடநாட்டு ஏகாதிபத்திய வாதிகள், குறிப்பாக நேரு போன்றவர்களின் சுற்றுப்பிரயாணம் திராவிடத்திலே, பல பகுதிகளிலே, திசைகளிலே நடந்து வந்ததை, நேற்று தோழர் என். வி. நடராசன் சொல்ல கேள்விப் பட்டிருப்பீர்கள். பத்திரிகை மூலமாகவும் அறிந்திருப்பீர்கள். காங்கிரஸ் கோட்டை திராவிடத்திலே கல கலக்கும் நேரத்திலெல்லாம் கல்ல றைக்கனுப்ப திராவிடம் முயற்சிக்கும் பொழுதெல்லாம்- வடநாட்டு தூதுவர்கள் பறந்துவந்து, அருமை ஆச்சாரியாரை ஒன்றாக ஆணைத்து பட்டாளத்துடன் பவனி வருவார்கள். மக்களின் அறிவை மழுங்க வைக்க காந்திப் படத்தை கொள்கையைக் காட்டி, முழக்கம் செய்வதும் ராயலசீமை கஞ்சித்தொட்டியை ருசிபார்த்து ஒருசொட்டு கண்ணீர் விடுவதும், திராவிடத்திலே கொழுந்து விட்டெரிகின்ற தி. மு. க.வின் சக்தியை ஒழித்து கட்டுவதற்கான முயற்சியேயன்றி வேறெதுவுமில்லை.

பாட்டாளிமார்களின் ஒப்பாரிக் கதை ஒன்று ஞாபகம் வருகிறது. சாவு ஏற்பட்ட அடுத்த வீட்டிற்கு அழப்போன இருவரில் ஒருத்தி. அந்த வீட்டுத் தோட்டத்திலே தொங்கிக் கிடந்த பாவக்காயைப் பார்த்தாள். அழுகையோடு அழுகையாக "பந்தலிலே பாவக்காய்" பந்தலிலே பாவக்காய்" என்று அழுதாளாம். கூட வந்தவள் அழுகையோடு அழுதாளாம். இதைக் கேட்ட சாவு வீட்டுக்காரி "அதை விதைக்கல்லவோ விட்டிருக்கு. அதை விதைக்கல்லவோ விட்டிருக்கு" என்று அழுதாளாம். அதுபோலத்தான் எதிர் வீட்டு நேரு, "திராவிடத்துப் பந்தலிலே பாவக்காய், பந்தலிலே பாவக்காய். தொங்குதடி அக்காடி" என்று ஒப்பாரி வைக்க பக்கத்து வீட்டுக்காரி ஆச்சாரி 'அது போவையிலே பார்த்துக்கலாம். போவையிலே பார்த்துக்கலாம்' என்று அழ

சொந்த வீட்டுக்காரியான நம் அண்ணா "திராவிட நாடு விதைக்கல்லவோ விட்டிருக்கு" என்று பதில் சொல்லுவதுமான நிலைதான் இன்றைய திராவிடத்தில்.

திராவிடப் பெருங்குடி மக்களே! இந்தியாவின் பிரதமர். ஆசியாவின் சோதி. காந்தியாரின் வாரிசு. முடிசூடா மன்னர்- இவ்வளவு பெரிய மனிதர். நீங்களெல்லாம் இங்கிருக்கும் பொழுது, உங்கள் தாய்மாரை, தந்தைமாரை, தம்பிமாரை, தமக்கையரை, அண்ணன்மாரை, ஏகாதிபத்திய வெறிபிடித்து, ஆத்திரத்தில், அவசரத்தில் நான்சென்ஸ் என்று சொல்லிவிட்டு வந்திருக்கிறார். கடந்த ஆகஸ்டு 1-ல் தமிழ் காத்த வீரர்களைத்தான் நான்சென்ஸ் என்று சொல்லிவிட்டு வந்திருக்கிறார். வடநாட்டு இந்தி வேசியின் முகத்தில் பூசப்பட்ட தாரானது உண்மையிலே அந்த இந்தி எழுத்துக்களின் மேல் பூசப்பட்ட தாரல்ல. வடநாட்டு ஏகாதிபத்திய வெறியர்களின் முகத்திலே பூசப்பட்ட தாராகும். நான்சென்ஸ் என்ற சொல்லைக் கேட்கும் நாங்கள் ஆத்திரப்படுவதற்கு பதிலாக மகிழ்ச்சி யடைகிறோம்.

நான்சென்ஸ் என்ற வார்த்தைதான் திராவிடத்தை பிரிக்கும் நாள். திராவிடநாடு பிரிக்கப்பட, கிழிக்கப்பட உத்தரவும் ஈட்டி என்று சொல்ல ஆசைப்படுகிறேன். சொல்லட்டும் முட்டாள், அறிவிலி, அடிமை, ஆட்டுக் கூட்டம், மாட்டு மந்தை என்று கூட சொல்லட்டும். தாக்கத் தாக்கத்தான் உரிமை வேட்கை வளரும் தோழர்களே! நீங்களும் நாங்களும் பிறந்து வளர்ந்த நம் திராவிட பூமியிலேதான் உங்கள் உடல் கலக்கப் போகிறது. அந்த திராவிட மண்ணிலே- சிங்கத்தின் குகையிலே சிறு நரிகள் நம்மைப் பார்த்துச் சிரித்தால் ஆத்திரப்படமாட்டோமா? எங்கிருந்தோ வந்த இந்தி வேசிக்கு உச்சாணிக் கொம்பா ? இந் நாட்டு சொந்த மொழிக்கு 3-வது இடமா என்று போர்க் கோலம் பூண்ட தலைவர்கள்- தொண்டர்களை நான்சென்ஸ் என்று சொல்லும் நேரு, அதை எழுதியது எத்தகைய நான்சென்ஸ் என்று உணராது பேசுகிறார். 'நேருவே' எங்கள் மேருவே! பாருமே இந்த தாருவே' என்று சொன்ன இந்திச் சிறுக்கியைக் கண்டு நேரு

நான்சென்ஸ் என்று கத்திவிட்டு வந்திருக்கிறார். ஆம். தோழர்களே! இப்படித்தான் தன் சுற்றுப் பயணத்தை முடித்துக்கொண்டு வந்தார் உங்களின் அருகாமையிலே குடியிருக்கும் அகில இந்தியப் பிரதமர் நேரு.

இந்தச் செய்திகளை திராவிடத்திலிருந்து வந்திருக்கின்ற நாங்கள் சொல்லக் கடமைப்பட்டிருக்றோ மென்பதால்தான் சொல்லுகிறேன். இன்று நாட்டிலே நம்மைப்பற்றி நாஸ்தீகக் கூட்டம் என்ற தவறான, புரியாத கருத்து மக்களிடையே பரப்பப்பட்டு வருகிறது. உண்மையிலேயே இந்த நாட்டிலே நாஸ்தீகர்கள் யார்? பகவான் பெயரைச் சொல்லி பலகோடி மக்களை, சமுதாயத்தை படுகுழியில் தள்ளிய - தள்ளிவரும் பாதகர்கள் நாஸ்தீகர்களா? அல்லது மனித சமுதாயத்தின் மறுமலர்ச்சி ஒன்றையே குறிக் கோளாகக் கொண்டு பாடுபட்டு வரும் நாங்கள் நாஸ்தீகர்களா? எந்தக் கடவுளை எத்தன்மையிலே நீ வணங்கச் சொல்லுகிறாய்? பாடுபட்டு உழைக்கும் பாட்டாளித் தோழனின் மனதிலே இருக்கிறான் என்று சொல்லு. அவன் உழைப்பைக் கடவுள் என்று சொல்லு. அவன் சக்தியைக் கடவுள் என்று சொல்லு. அதிலே அர்த்தம் உண்டு. அதை விட்டுவிட்டு நீ சொல்லத்தகாததை, இல்லாததை கடவுள் என்றால் எப்படி நம்புவது? எது கடவுள்? யார் கடவுள் என்பவற்றிற்கு விளக்கமாக நமது பழங்கால சித்தர்களில் ஒருவர் நட்ட கல்லை தெய்வமென்றி நாலு புட்பம் சாத் தியே சுற்றிவந்து மொண மொண யென்று சொல்லு மந்திர மேதடா? என்றும் இதுபோன்ற கேள்விகளை இந்த ஆஸ்திகர்களைப்பற்றி கேட்டிருக்கின்றனர். நாமும் தான் என்ன சொல்லி வருகிறோம். வேலைக்காரி என்ற படத்தில் அண்ணா சொல்லுவதுபோல 'ஒன்றே குலமும் ஒருவனே தேவனும்' என்ற முறையில் தானே சீர்திருத்தம் காணக் கேட்கிறோம். அதை பார்த்த பிறகுமா நாஸ்திகர்கள் என்று புலம்புகிறாய்? எங்கள் ஆண்டவன் அறிவு அன்பு வடிவமென்று சொல்லிக்கொள்கிறாயே? உண்மையிலே உன் ஆண்டவர்கள் அத்தனை பேரும் இதற்கு நேர்மாறாக அல்லவா காட்சி யளிக்கிறார்கள்?

கோடிக்கணக்கான கிறிஸ்தவர்கள் வணங்க அவர்களுக்கு ஒரு ஏசுநாதர். பல லட்சக்கணக்கான முஸ்லீம் மக்களுக்கு ஒரு நபி. நீ சக்கிலியன். சண்டாளன். பள்ளன், பறையன் எனப் பிரித்து வைத்து முப்பத்து முக்கோடி தேவர்களையும், பல்லாயிரம் ரிஷிகள், கின்னரர், கிம்புருடர், அட்ட திக்கு பாலகர்கள், காளி, :காட்டேரிகள், எக்ஸெட்ரா எக்ஸெட்ரா உண்டுபண்ணி வைத்திருக்கிறாயே? இவ்வளவு பெரிய கடவுள் கூட்டம் உனக்குத் தேவைதானா? 22 கோடி இந்துக்களுக்கு 33 கோடி கடவுள் கூட்டத்தை உண்டு பண்ணி ஒரு ஆளுக்கு ஒன்றரை வீதம் ஏற்படுத்தி இந்த நாட்டைப் பாழாக்கியிருக்கிறாயே? இதுவும் போதாதென்று கிருஸ்தவ மதத்திடமும், இஸ்லாமிய மதத்திடமும் அல்லவா கடவுள் பிச்சைக் கேட்டுக்கொண்டு அலைகிறாய்? எதை நீ விட்டு விட்டாய்? மைல் கற்களைத் தவிர மற்ற தெல்லாம் கடவுளென்று அல்லவா எழுதி வைத்திருக் கிறாய். மேல்நாட்டுகாரனும் உன்னைப் போலத்தான் கடவு ளைக் கும்பிடுகிறான். எப்படி வணங்குகிறான். கருடன் ஆகாயத்திலே பறப்பதைப் பார்த்து, அதைப் பிடித்து, அதன் இறக்கைகளை ஆராய்ந்து, பருந்தின் பருமனை நிறுத்தி காற்று புகமுடியாத சூன்யப் பிரதேசமாக அமைந்திருக்கும் அதன் இறக்கை எலும்புகளைப் பார்த்து இன்று பறக்க கற்றுக்கொண்டான். பருந்து பறக்கிரதைப் பார்த்து 'கிருஷ்ணா! கிருஷ்ணா!' என்று கன்னத்திலடித்துக் கொள்வதை தவிர நீ எதைக் கற்றாய்? கடல் நீரிலே மீனைப் பார்த்தான். எப்படி நீரை கிழித்துச் செல்லுகிறதென சிந்தித்து. கப்பலைக் கட்டினான். 'சப்மெரினைக் கண்டுபிடுத்தான். நீ மச்சக்காவடி தூக்கி ஆடுவதையும் மீனைப் பிடித்து கரியாக்கி தின்பதையும் தவிர எதைக் கண்டாய்? பெரிய பெரிய மலை களைப்பார்த்து. அவற்றைக் குடைந்து ரயில் பாதைகளை ரோடுகளை அமைத்தான் அவன். நீ எங்கள் கோபாலகிருஷ்ணன் மலையை குடையாகப் பிடித்தான் என்று சொல்லுவதையும். அனுமான் சஞ்சீவி மலையை தூக்கி கையில் வைத்து பறந்தான் என்று சொல்லுவதையும் தவிர

எதைக் கற்றாய் அதுமட்டுமா? எந்த கடவுளை நீ ஒழுங்காக, மான மரியாதையுடன் வைத்திருக்கிறாய்? பிள்ளையார் பிறந்த கதை தெரியாதா? ஒருநாள் குளிக்கச் சென்ற பார்வதி தன் அழுக்கை உருண்டையாக்கி பிள்ளையாரைக் காவலாக வைக்க. வெளியே யிருந்து வந்த பரமசிவன் உள்ளே நுழைய,பார்வதியின் சிருஷ்டியான அழுக்குப் பிள்ளையார் பரமசிவனைத் தடுக்க, உடனே 'நீ யாரடா என் மனைவி இருக்கும் அறைக்கு நான் போவதைத் தடுப்பவன்?' என்று ஆத்திரமடைந்து அதன் தலையை அறுத்தெரிந்து உள்ளே சென்றார் என 1952-லும் சொல்லுகிறாயே வெட்கமில்லை ! இதைக் கண்டிப்பது நாஸ்திகமா? அத்தர் கம்மென்ன வீச வாசனைத் தைலங்கள் மேனியை மினுமினுக்க, பசியே இல்லாத தேவலோகத்திலே இருக்கும் பார்வதி அவ்வளவு பெரிய பிள்ளையாரை தன் அழுக்கிலே உண்டாக்கினாள் என்றாள் அவள் எத்தனை நாளாக குளிப்பின்றி இருந்திருக்க வேண்டும். பார்வதியின் அழுக்கிலே செய்த பிள்ளையார் சென்னையிலே மல்யுத்தம் செய்து வரும் கிங்காங் பயில்வானைக்கூட தோற்கடிக்கும் பருமனிலே அல்லவா இருக்கிறார். அத்தகைய பார்வதி, பரமசிவனுக்கு, நீ படைக்கும் படையலிலே 'லக்ஸ் டாய்லட்' சோப்பு வைத்து படைக்க வேண்டாமா?

நீ எவ்வளவு வஞ்சகம் செய்து வருகிறாய்?

இந்த நிலையிலே நமது ஆண்டவன்கள்! மேல் நாட்டு கடவுள்களைப் பார்! கொள்கைக்காக உயிர்விட்ட ஏசு கிருஸ்துவை, இருகையிலும் சிலுவையில் வைத்ததுபோல் ஆணி யடித்திருக்க, தலையைத் தாழ்த்தி தியாகச் சின்னமாக காட்சியளிக்கும் படத்தைப் பார்க்கிறோம். மகம்மதுநபி கல்லால் அடிக்கப்பட்டு துரத்தப்படுவதையும். கொள்கைக்கு ரத்தம் சிந்தி துன்புறும் படத்தையும், காணுகிறோம், மகா ராஜா வாரிசு. மஞ்சம் கொஞ்சல் அத்தனையையும் வெறுத்து. வெளியேறி. புத்தம் கண்டு, புன்முறுவலையே கொள்கையாகக் கொண்ட புத்தன் படத்தையும் பார்க் கிறோம். கொள்கைக்காக கழுவிலேற்றப்பட்ட நூற்றுக்

கணக்கான சமணர்களின் படத்தையும் பார்க்கிறோம். ஆனால் நாமும் தான் பார்க்கிறோம். தோகையர் குளத்தில் நீராட கோபாலகிருஷ்ணன் சேலையை எடுத்துச் சென்று மரத்தில் ஏறி புன்னகவராளி பாடும் காட்சியை! இதுவா ஆண்டவனின் தன்மையாக இருக்கவேண்டும்? பளிங்கு போல பக்கத்திலே பார்வதியையும் வைத்துக்கொண்டு. அதுவும் போதாதென்று தாருகாவனத்து பத்தினிகளைக் கற்பழித்த பரமசிவன் கதையையும் நாம் பார்க்கிறோம்.

சூதாடி நாடுமுதல் மனைவிவரை இழந்த தர்மன் கடவுள் ஆகிவிட்டான். சூதாடும் கூட்டத்திலே ஒருவன் நான் தர்மன் பக்தன் என்று சொன்னால் இன்றுள்ள போலீஸ் சும்மா விட்டுவிடுமா? சிரிப்பாகச் சிரிக்கிறதே. உன் கடவுள் கதைகள்.

வடஇந்திய நடிகை பீனாராய். தன் கணவருடன் சமீ பத்தில் அமெரிக்காவிற்கு சென்றபொழுது நடந்த நிகழ்ச்சியைக் குறிப்பிட விரும்புகிறேன். பீனாராய் தமது கணவரை அமெரிக்க நடிகைக்கு அறிமுகப்படுத்தினாராம். உடனே 'அம்மாது மற்ற நான்கு கணவர்கள் எங்கே?' என்று கேட்டார்களாம். அதாவது பாரதத்தில் துரௌபதிக்கு ஐந்து பேர் கணவர் என்பதைப் படித்திருக்கிறாள் அந்த அமெரிக்க நடிகை. பாரதப்பெருமை நம் தாய்மார்களை பற்றி பிற நாட்டினர் தவறாகக் கருதும் நிலையை ஏற்படுத்துகிறது. எவ்வளவு பெரிய அவமானம் இது நமது நாட்டுப் பெண்டிர்க்கு, நாட்டு கலாச்சாரத்திற்கு இருக்கலாமா இந்த இருபதாம் நூற்றாண்டிலும்? மார் தட்டுகிறாயே மகாபாதரம், ராமாயணம் ரஷ்யாவிலே மொழி பெயர்க்கப் படுகிறதென்று. மொழி பெயர்த்த பின்னல்லவா தெரியப் போகிறது உன் வண்டவாளங்கள் !

சிலப்பதிகாரத்தை, சங்க இலக்கியத்தை, புறத்தை, அகத்தை, கலிங்கத்துப் பரணியை மொழி பெயர்க்கிறார்கள் என்று; சொல்லு அர்த்தம் உண்டு, யோக்கியதை உண்டு- தகுதியுண்டு. அதைவிட்டு ராமாயணம், மகாபாரதம் மொழிபெயர்க்கப் படுகிறதென்று சொல்லுகிறாயே; எத்தகைய இழிவு

நாட்டிற்கு! முட்டாள் தனமான புராணக் கூளங்கள். வேதாந்தம் இவைகளையன்றி நீ எதை மொழி பெயர்க்க வைத்திருக்கிறாய்?

அந்தக் காலத்தில் இவைகளை யெல்லாம் நம்பினார்கள் பெரியவர்கள், வாலிபர்கள் ; இந்தக் காலத்திலே கருப்புச் சட்டைக் காரர்கள். அண்ணாதுரைக் கட்சிக்காரர்கள் இப்படி கடவுளைத் திட்டப் போய்தான் நாட்டிலே நாஸ்திகம் பெருத்து மழையே இல்லாது போய் விட்டதென்று வெட்கமில்லாமல் உளறுகிறாயே. சொல்லுகிறாயே கொஞ்சமும் அறிவின்றி, அந்தக் காலத்திலே 12 வருட காலம் மழையின்றி பஞ்சத்தால் கஷ்டப்பட்ட நல்ல தங்காள் கதையை எழுதி வைத்துக்கொண்டு இப்படி கூப்பாடு போடுகிறாயே!

அந்தக் காலத்தை இந்தக் காலத்திற்கு ஒப்பிடுகிறாயே எந்த விதத்தில்? எந்தத் தன்மையில் ? ஆகாய விமானத்தில் ஏறுகிறாய். பக்கத்திலே பறக்கும் கருடனைக் கண்டு கன்னத்தில் தட்டுகிறாய்! ரிஸ்ட் வாட்ச் காட்டுகிறாய், ராகு காலம் பார்க்கிறாய் ! விஞ்ஞானத்தை வைதிகத்திற்கு அடி மைப்படுத்துகிறாய்! இதுவா நேர்மை. நல்லறிவு ? இதை எடுத்துச் செல்லும் நாங்கள் நாஸ்திக கூட்டமாம் தோழர்களே!

தி.மு. கழகம் இன்று ஏளனங்கள் பலவற்றையும் இடுக்கண்கள் அத்தனையும் தாங்கித்தான் நாளுக்கு நாள் வளர்ச்சியுற்று வருகிறது. வீரர்கள் தாலமுத்து நடராஜனை ஆசிரியர் வேலாயுதத்தை. மஜீதை, பாண்டியனை ஆதிக்க வெறி அநியாய முறையில்தான் கோரவாயில் ருசிபார்த்த பிறகும் தி. மு. க. வளர்கிறது. துப்பாக்கிக் குண்டுகள். தோட்டாக்கள், பீரங்கிகள், போலீஸ், பட்டாளங்கள் நசுக்கியும் வளர்கிறது திராவிட முன்னேற்றக் கழகம். வடநாட்டு ஏகாதிபத்தியம் தென்னாட்டை எந்தவகையில் சுரண்டி வருகிறது என்பதையும், தென்னாட்டார் நாட்டை எந்த வகையில் சுரண்டி வந்த பிறகுதான் நான் நேரிலே காண முடிந்தது. தென்னாட்டவராகிய நம்பவர் கள் இறந்து போன மாட்டு

ஆட்டுத் தோலை இங்கு சுரண்டி பக்குவப்படுத்தி வியாபாரிகளிடம் வேலை செய் கிறார்கள் அன்றாடக் கூலிக்கு. ஆனால் தென்னாட்டிலே. வடநாட்டு மார்வாடி, பனியாக் கும்பல்கள் தென்னாட்டு மக்களின் தோலை உயிருடனே சுரண்டிக் கொண்டிருக் கிறது என்ற நெஞ்சு வெடிக்கும் நிகழ்சியைத்தான் காண முடிகிறது.

தஞ்சையா, நஞ்சையா என்ற செல்வம் கொழிக்கும் தெரு வீதிகளிலே பிள்ளை வியாபாரம் ஆச்சாரியாரின் ஆட்சியிலே ! வடநாட்டு பம்பாயிலே உள்ள பிச்சைக்காரரில் 100-க்கு 95 பேர் தென்னாட்டு பிச்சைக்காரர்கள் இவர்களெல்லாம் பரம்பரை பிச்சைக்காரர்களா-இல்லை! யில்லை! தோழர்களே சுயராஜ்ய ஆட்சிக்கு முன்பு வரை நல்வாழ்வு நடத்தி வந்த தமிழன் இன்று வடநாட்டு ஆதிக்க சுரண்டலால் தாயகத்தில் பிழைக்க வழியின்றி வளம் கொழிக்கும் வடநாட்டிலே பிச்சைக்காரர்களாய் பஞ்சைகளாய் வாடுகின்றனர். இதைப் பார்க்கும்போது எங்கள் உள்ளம் வேதனையடையாதா? நெஞ்சம் வெடிக்கும் செய்தி இது.

இத்தகைய அவலநிலை ஒழிந்து திராவிட கூட்டரசு மலரத்தான் நம் தி.மு. கழகம் பணியாற்றிவருகிறது. திராவிடம் பிரிவதென்றால் கத்தியைக் காட்டி, வாளைக் காட்டி, இரத்தத்தை சிந்தும் அளவிற்கு அல்ல. அமைதியான முறையிலே, அறிவு முறையிலே, பூகோள ; இன வரலாற்று அடிப்படையிலே, மாண்ட நம் வல்லரசை நினைவுறுத்தி மீண்டும் பெற கேட்கிறோம். பாகிஸ்தானுக்கு ஒரு ஜின்னா கிடைத்ததைப் போல திராவிடத்திற்கு நம் அண்ணா, அத்தகைய தலைமையின் கீழ் போராட ஆயிரக்கணக்கில் அணிவகுத்து நில்லுங்கள். திராவிடக் குடியரசு மலரப் போகும் நாளிலே, பம்பாயிலுள்ள திராவிடத் தனியரசுக் கொடியை ஏற்ற, சிங்கப்பூர் தோழர் கள் அதை பறக்கவிட, ஆப்பிரிக்கா தோழர்கள் பண்ணிசைக்க இலங்கைத் தோழர்கள் வீர வணக்கமிடும் காட் சியை நாம் காணவேண்டும்.

அத்தகைய விடுதலைக் கிளர்ச்சிக்கு பம்பாய் தோழர்களாகிய நீங்கள் கட்சி வேறுபாடின்றி, சொந்த மண் மாற்றானுக்கு அடிமைப்பட்டுக் கிடக்கிறது என்ற உணர்ச்சியுடன் இலட்சக் கணக்கில் திராவிடம் பெற விரைவில் குமுறி எழப்போகும் திராவிடப் போராட்டத்தில் குதிக்க தயாராகி வருக, வருக என வேண்டிக் கொள்வதுடன் உங்களுக்கு எனது வாழ்த்துரையையும் கூறி முடித்துக் கொள்கிறேன்.

முற்றும்.

★★★

9 788199 677029